आपल्या
स्नेहीजनांना
पुस्तके
भेट द्या

सावली उन्हाची

(दोन अंकी कौटुंबिक नाटक)

रणजित देसाई

AA000784

मेहता पब्लिशिंग हाऊस

✆ +91 020-24476924 / 24460313

Email : info@mehtapublishinghouse.com
production@mehtapublishinghouse.com
sales@mehtapublishinghouse.com

Website : www.mehtapublishinghouse.com

- *या पुस्तकातील लेखकाची मते, घटना, वर्णने ही त्या लेखकाची असून त्याच्याशी प्रकाशक सहमत असतीलच असे नाही.*

SAVALI UNHACHI by RANJEET DESAI

सावली उन्हाची : रणजित देसाई / नाटक

© सौ. मधुमती शिंदे / सौ. पारू नाईक

मराठी पुस्तक प्रकाशनाचे हक्क मेहता पब्लिशिंग हाऊस, पुणे.

प्रकाशक : सुनील अनिल मेहता, मेहता पब्लिशिंग हाऊस,
१९४१, सदाशिव पेठ, माडीवाले कॉलनी, पुणे - ४११०३०.

अक्षरजुळणी : इफेक्ट्स, २१/६ब, आयडिअल कॉलनी, कोथरूड, पुणे - २९.

मुद्रित-शोधन : मोहन वेल्हाळ

मुखपृष्ठ : चंद्रमोहन कुलकर्णी

प्रथमावृत्ती : ऑगस्ट, २००१ / ऑगस्ट, २०१३ /
पुनर्मुद्रण : ऑक्टोबर, २०१७

P Book ISBN 9788177661095

E Book ISBN 9789386175878

E Books available on : play.google.com/store/books
m.dailyhunt.in/Ebooks/marathi
www.amazon.in

ॲड. दौलतराव मुतगेकर

व

श्री. विठ्ठलराव याळगी

यांनी नाटकाची मूळ प्रत उपलब्ध करून दिली,
म्हणूनच हे नाटक पुस्तकरूपाने येऊ शकले.
दोघांचेही मन:पूर्वक आभार!

सौ. मधुमती उदय शिंदे

व

सौ. पारू मदन नाईक

अंक पहिला

प्रवेश पहिला

वेळ : *सकाळ. ११-१२चा सुमार.*
स्थळ : *डॉ. रवीचे घर, मुंबई.*

> *(पडदा वर जातो, तेव्हा रवीच्या घरचा दिवाणखाना नजरेत येतो. स्टेजवर रवीची आई एका व्हील-चेअरवर बसली आहे. वय अंदाजे साठीच्या घरातले आहे. तिच्याजवळ रवीची मुलगी पिंकी बोलत आहे. पिंकीचे वय अंदाजे आठ-नऊ वर्षांचे आहे. पिंकी चुणचुणीत, मोठी गोड मुलगी आहे.)*

पिंकी : आज्जी, सांग ना! आई केव्हा येणार?
आई : येईल ना येवढ्यात?
पिंकी : म्हणे, येवढ्यात! मी नाही जा. तू म्हणाली होतीस, साडेदहापर्यंत येईल, म्हणून. साडेअकरा वाजायला आले.
आई : *(तिच्या खांद्यावर थोपटते.)* अग, हो! पण गाडी तर वेळेवर यायला नको का? त्याशिवाय कसे येणार ते?
पिंकी : जा, बाई! मी नाही बोलत.
आई : *(हसते)* सोने! अग, पण मी काय केलं? ती आली की नाही; की तिच्यावर रागव, हवं तर.
पिंकी : मी मुळीच रागवणार नाही. नवी आई फार चांगली आहे.
आई : आवडली तुला?
पिंकी : खूप! कशी गोरी गोरी छान आहे. तिनं त्या दिवशी मला खूप गोष्टी सांगितल्या. कुणाला सांगणार नाहीस?

आई	:	नाही.
पिंकी	:	देवाशपथ?
आई	:	हो! सुटली, म्हण.
पिंकी	:	सुटली. आज्जी, खरं सांगू का! मागं ती गेली ना, तेव्हा मला खूप रडू आलं. मी तिला सोडणार नव्हते.
आई	:	वेडी आहेस. अग, ती दाखवायला आणली होती. आता लग्न करून येईल ना, तेव्हा ती तुझी खरी खुरी कायमची आई होणार.
पिंकी	:	पण मला तिचे डॅडी मुळीच आवडले नाहीत.
आई	:	का, ग?
पिंकी	:	सारखे इंग्रजीत बोलत होते.
आई	:	तुझी आई पण शिकलेली आहे. एम्.ए. झालीय् ती.
पिंकी	:	पण ती तशी इंग्रजी बोलत नाही.

(त्याच वेळी दारावरची बेल वाजते.)

पिंकी	:	आले, वाटतं!

(म्हणत धावत जाते. दार उघडते. लँडिंगच्या दरवाज्यातून मामा प्रवेश करतात. मामा आईपेक्षा निश्चितपणे लहान आहे. अंदाजे ५५ वर्षांचा. मामा उंच, सडसडीत आहे. डोक्यावर काळी टोपी, अंगात काळा कोट, पांढरा स्वच्छ सदरा आणि धोतर हा त्याचा वेष आहे. पिंकी मामाच्या पाठीमागे पाहते. धावत बाहेर जाते. परत येते. मामाला बिलगत म्हणते)

पिंकी	:	मामा, आई आली नाही?
मामा	:	नाही आली.
पिंकी	:	का?
मामा	:	ती म्हणाली, मला पिंकी मुळीच आवडत नाही. मी नाही येणार. (पिंकीचे उभ्या जागी डोळे भरतात. मामा तिला कवटाळतो) अग, चेष्टा केली. येतील येवढ्यात.

(पिंकी खुदकन हसते.)

मामा	:	(नोकराला) अरे केशवऽ, बाहेर टॅक्सी उभी आहे. सारं सामान काढून घे. आणि हे बघ, टॅक्सीचं भाडं दिलं आहे. समजलं?

(केशव बाहेर धावतो. केशवच्या अंगात बनियन आणि पायांत विजार आहे. मामा डोक्याची टोपी काढतो. पायऱ्या उतरून खाली

येतो. आई त्याच्याकडे पाहते.)

मामा : हुश्श! म्हणे, डेक्कन क्वीन! मालगाडीचे डबे बरे! केवढी गर्दी. फर्स्टक्लासचं रिझर्व्हेशन करूनही माणसाला खेटून माणूस उभं. श्वास घ्यायला जागा नाही.

आई : सांग बाबा, एकदा.

मामा : ताई, काय सांगू कपाळ! गाडीत ही गर्दी. त्यात सामान, भांडण आणि चॉकलेट विकणारी पोरं. वेटर लोकांची धावपळ. एक वेटर कुणाचा तरी चहा घेऊन जात होता. कुणाचा तरी धक्का लागला आणि आमच्यासमोर बसलेल्या टकल्यावर अभिषेक झाला. हसू आवरेना.

(पिंकी मनसोक्त हसते.)

आई : ते जाऊ दे रे, पुढं काय?

मामा : पुढं! ताई, तुला सांगितलं, तर खरं वाटायचं नाही. कर्जत आलं आणि आमची गाडी थांबली, का, तर, म्हणे, लाईन क्लीअर नाही. थुत तुमच्या गाडीची! लाईन क्लीअर नाही, तर गाड्या सोडता कशाला?

आई : (वैतागून) अरे, पण ते आले ना?

मामा : नाहीतर काय डब्यात सोडून येतो? मग कर्जतला मात्र मजा आली. दिवाडकरांचे झक्कास वडे खाल्ले. आपला केशव करतो. पण कसले? मिळमिळीत! ते कसे खमंग आणि पुढं एकदाची गाडी सुरू झाली.

आई : (वैतागाने) देव पावला! आता तरी तुझी गाडी रुळांवर येणार का?

मामा : नाही! अजून रुळांवरच आहे. तर काय सांगत होतो? शेवटी व्ही.टी. वर आलो. तिथं टॅक्सीचा क्यू. त्या बॉंबे सेंट्रलपेक्षा व्ही.टी. लाखपटीनं बरी. क्यू असला, तरी गडबड न होता पोलीस दाखवेल, तशा टॅक्सी मिळतात तरी. मग एका टॅक्सीत दोघांना बसवलं. दुसऱ्या टॅक्सीत सामान आणि मी. सामान घेऊन मी सरळ इकडं आलो. ते दोघे मागे राहिले.

पिंकी : (अधीरतेने वळते) मी त्यांना आणते.

मामा : (तिचा दंड पकडीत) थांब, कार्टे. अजून त्यांना खूप वेळ आहे यायला.

(हे सर्व घडत असता केशव सामान आणून ठेवत असतो. सर्व सामान आणून तो उभा राहतो.)

मामा : सर्व सामान आलं?

केशव : हो! पन सायेब कुठं हाईत?

मामा	:	तूच तेवढं विचारायचं शिल्लक ठेवलं होतस, बघ. अरे, तुझा साहेब म्हणजे काय पोर आहे तो चुकायला? अरे, तो डॉक्टर आहे, डॉक्टर! साधा नव्हे. मानसोपचार तज्ज्ञ! समजलं? तो का चुकतो? येईल मागनं.
आई	:	पण मागं का राहिले?
मामा	:	असं विचार. रीतभात काय सोडीन, होय? म्हटलं, प्रथम लक्ष्मीच्या देवळात जा. दर्शन घ्या आणि मग घरी या. कसं?
आई	:	बरं केलंस. पण तू का त्यांच्याबरोबर...
मामा	:	मी आणि येवढं सामान घेऊन? वरात त्यांची, की माझी? अरे केशव! उभा का? जरा पाणी आणून दे. त्या वड्ड्यानं खूप तहान लागलीय्, बघ; आणि नंतर ते सामान वर रवीच्या खोलीत नेऊन ठेव.

(केशव पाणी आणायला जातो.)

आई	:	सारं व्यवस्थित पार पडलं ना?
मामा	:	एकदम! मी असल्यावर कसली काळजी?
आई	:	मुलीबरोबर कुणी आलंय्?
मामा	:	कोण येणार? तिचे आई-वडील दोघंही नोकरी करतात ना? ते म्हणाले, मुलगी तुमच्या घरी सुखरूप आहे. आम्हांला काळजी नाही. स्टेशनवर पोहोचवायला आले, तेव्हा शुभदाची आई थोडी रडली.
आई	:	रडणारच! किती केलं, तरी आईचं आतडं असतं, बाबा!

(केशव पाणी आणतो. मामा ते पाणी घटाघटा पितो.)

गोपाळा! अरे, किती वेळा सांगितलं, उभं राहून पाणी पिऊ नये, म्हणून? नळ भरतात त्यानं!

(केशव पेला घेऊन जातो.)

मामा	:	(पिंकीकडे पाहत) चिमणे!
पिंकी	:	काय?
मामा	:	आता एक काम कर. बरं जा. रवीची खोली नीट लावून घे. केशवनं सामान आणलंय्, ते बघ. तुझी आई खूश झाली पाहिजे खोली बघून, समजलं?
पिंकी	:	(मान तिरकी करीत हसत) हो!

(पिंकी धावत वर जाते. केशव बॅगा उचलून वर जातो.)

आई : (सुस्कारा सोडत) शेवटी रजिस्टरच केलंत ना?

मामा : रजिस्टर! ताई, मी कसा ऐकेन?

आई : म्हणजे?

मामा : डॉक्टर झाला, म्हणजे काय माझ्यापेक्षा शहाणा झाला का? मी साफ सांगितलं, हे काही इंग्लंड नव्हे. ही जन्माची गाठ. इथं वैदिक पद्धतीनंच सारं झालं पाहिजे.

आई : आणि त्यानं ऐकलं?

मामा : त्याचा देव ऐकेल. मी सरळ सांगितलं. तू डॉक्टर असलास, तर दवाखान्यात. घरात नव्हे. (हसत) काय सांगू, ताई! त्या बिचाऱ्यांनी रवीच्या सांगण्याप्रमाणं सारी व्यवस्था करून ठेवली होती. रजिस्ट्रारला सांगून ठेवलं होतं. मुलीच्या बापाला लाज नसते ना! पण त्यांचं मत माझ्यासारखंच होतं, मुलीची मंडळी माझ्या बाजूची. मग याला कोण विचारतोय्? सुतासारखा सरळ आला.

आई : अरे, पण ऐन वेळी केवढी धावपळ झाली असेल?

मामा : धावपळ कसली? अग ताई, बोलून चालून ते पुणं. ब्राह्मणांना काय तोटा? आणला एक धरून आणि सारं त्याच्या गळ्यात टाकलं. बघता-बघता सारं घेऊन तो आला. विटा आल्या. होम सजला. जरा जास्त पैसे गेले; पण लग्न अगदी स्वच्छ वैदिक परंपरेनुसार यथाविधि करून मोकळा झालो.

आई : बरं केलंस, बाबा! आधीच तो हट्टी. लग्नाला तयार झाला, हेच पुष्कळ झालं, असं वाटत होतं. पण आपल्या धर्मानुसार लग्न करील, असं स्वप्नातही वाटलं नव्हतं.

मामा : ताई. हे बघ, खोटं बोलू नकोस. हे असं होणार, हे सगळं तुला ठाऊक होतं.

आई : (नजर चुकवत) कशावरून?

मामा : नाहीतर पुण्याला जाताना माझ्याजवळ मंगळसूत्र कशाला दिलं असतंस?

(दोघे हसतात. हसता-हसता आई गंभीर होते.)

आई : ते खरं. पण एकच वाईट वाटतं.

मामा : आता आणखी काय राहिलं?

आई : अरे, भरल्या पावलांनी सून घरात येते. इतक्या वर्षांनी परत घर भरतंय्, पण त्यांना ओवाळून घरात कोण घेणार? मी ही अशी मोकळ्या......

मामा : हे बघ, ताई! आता असल्या बारीक सारीक गोष्टी काढत जाऊ नको.

(त्याच वेळी दारावरची बेल वाजते. पिंकी धावत येते. दोघांकडे न बघता पळत जाऊन दार उघडते. दारातून रवि पुढे येतो. पिंकी रवीला ओलांडून बाहेर जाते आणि शुभदाला हाताला धरून आत घेऊन येते. आई खुर्चीवरून सावकाश उठलेली असते. उभी राहून दोघांकडे डोळे भरून पाहत असते. शुभदा पिंकीकडे पाहून हसते. पण ती हसत नाही.)

शुभदा : पिंकी, ये ना!

पिंकी : मी नाही बोलणार! (सारे गंभीर होतात)

रवि : काय झालं पिंकीला? (रवि पायऱ्या उतरत विचारतो)

पिंकी : जा! खोटारडे आहात तुम्ही! लग्नाला गेलात आणि मला नाही नेलंत. आम्ही बोलणार नाही, जा.

(रवि शुभदाकडे पाहतो. शुभदा पिंकीजवळ जाते आणि पिंकीला जवळ घेते.)

मामा : हात्तिच्या! एवढंच ना? चिमणे, आपण यांचं परत एकदा इथं लग्न लावू, मग तर झालं?

पिंकी : (शुभदाला बिलगत) खरं?

मामा : का नाही? अग, तू लहान होतीस ना, तेव्हा दररोज बाहुला-बाहुलीचं लग्न लावत होतीस ना? ते खेळातले होते. आता तर खरे सापडले.

(सारे हसतात. आई सावकाश पावले टाकीत सामोरी जाते. ती भारावलेल्या नजरेने दोघांकडे पाहत असते. तिला हुंदका फुटतो. पदराने डोळे टिपते.)

मामा : ताई, आवर. झालं ना तुझ्या मनासारखं? मग रडतेस का?

आई : (हसते) नाही, बाबा! रडू कशाला? गोपाळा, अरे, सारेच अश्रू दुःखाच्या वेळेला येतात, असं नाही. अति आनंद झाला, तरीसुद्धा येतात.

(रवि-शुभदा आईच्या पाया पडतात.)

अष्टपुत्रा सौभाग्यवती भव!

मामा : (कपाळावर हात मारीत) खरंच, ताई, कोणत्या वेळी कोणता आशीर्वाद द्यायचा, हेही कळत नाही तुला.

(सारे प्रश्नार्थक नजरेनं मामाकडे पाहतात.)

बघता काय? दिवस कसले? तिकडं सरकार ठणाणा ओरडतंय्. दोन किंवा तीन पुरेत आणि तू आशीर्वाद...

(सारे मोठ्याने हसतात. शुभदा लाजून उभी असते. रवि-शुभदा वळतात. मामांच्या पाया पडतात.)

मामा : ऱ्हाऊ दे... ऱ्हाऊ दे! कल्याण असो. सुखानं संसार करा.

(रवि वळतो. आई उभीच असते... तिच्याकडे जातो.)

रवि : आई, किती वेळा सांगितलं की, तू चालत जाऊ नको, म्हणून.
आई : अरे, पण तुम्ही आला...
रवि : आधी खुर्चीवर बैस, बघू.

(रवि तिला हाताला धरून खुर्चीकडे नेतो. बसवतो. आईला तेवढ्यानेही धाप लागते.)

रवि : बघ! येवढ्याशा श्रमानंही धाप लागली.
आई : कसली काळजी नाही, बघ. देवानं सारं ऐकलं. तुझा संसार परत उभा राहिला. आता उद्या जरी डोळे मिटले, तरी आनंदानं मरेन. सूनबाई, पुढं ये.
रवि : जा ना!

(शुभदा पुढे होते. आई खुर्चीच्या मागे हात घालते. मखमली कसा बाहेर काढते. तो कसा शुभदाच्या हाती देत म्हणते.)

आई : हे तुझे दागिने. बघ, आवडतात का? नाही आवडले, तर दुसरे करू. आणि ह्या घराच्या किल्ल्या. आता तू सांभाळ.
शुभदा : न आवडायला काय झालं? तुम्ही कराल, ते चांगलंच कराल.
मामा : (आनंदाने) शाब्बास, पोरी.
आई : पिंकी बाळ! ते खुर्चीखालचं घे, बघू.

(पिंकी पुढे होते. खाकी कागदात आवरणात गुंडाळलेलं पातळ आईच्या हाती देते. ते पातळ आई शुभदाच्या हाती देते.)

आई : याला मात्र नाव ठेवू नकोस हं. हे रवीनं आपल्या खास आवडीनं घेतलं आहे.

(रवि शुभदाकडे पाहून हसतो. पण शुभदा हसत नाही. नोकर केशव पुढे होतो. रवि आणि शुभदाच्या पाया पडतो.)

रवि	:	शुभदा, हा आमचा केशव. मागं तू याला पाहिलं आहेस. हा म्हणजे या घरचं सर्व काही. स्वयंपाक, पाणी, लोट-झाड, बाजारहाट सर्व काही.

(रवि खिशातून दहाची नोट काढतो. केशवच्या हाती देतो.)

केशव	:	नको. (रवि प्रश्नार्थक पाहतो.) जोडीनं आलासा आणि दहाच रुपये?

(रवि हसतो. आणखीन एक नोट देतो.)

रवि	:	मग काय बेत? मटका?
केशव	:	न्हाई, धनी. त्यो कवाच सोडला.
रवि	:	मग येवढे पैसे कशाला? विड्या ओढायला?
केशव	:	न्हाई! हवं, तर मामासायबांस्नी इचारा. म्या कधी विडी वढतो?
मामा	:	नाही, रे. तो त्यातला नाही.
केशव	:	खरं सांगू! आमच्या गावच्या भावेश्वरीला नवस बोललो व्हतो.
रवि	:	माझं लग्न व्हावं, म्हणून?
केशव	:	व्हय! उद्या अकरा रुपये पाठवणार हाय मी. मनीऑर्डरीनं.
रवि	:	छान! म्हणजे तुम्हां सगळ्यांनाच माझ्या लग्नाचे डोहाळे लागले होते, तर.
आई	:	रवि, सूनबाई, आत चला. देवघरात जाऊन देवाला हळद-कुंकू घालून पाया पडा.
पिंकी	:	आज्जी, तू येणार नाहीस?
आई	:	येणार तर! आपण सर्व आत जाऊ.

(खुर्चीवर बसलेली आई उठून उभी राहते. पिंकी पुढे धावते. आजीचा हात धरते. तिला घेऊन आत जात असते. पुढे रवि, मामा चालत असतात. दरवाज्यातून सारे आत जातात. स्टेजवर फक्त केशव राहतो. व्हील-चेअर योग्य जागी नेऊन ठेवतो. त्याच वेळेला फोन वाजतो.)

केशव	:	आयऽला, ह्या फोनलाबी कधी काळ-वेळ न्हाई. आलोऽ आलोऽऽ (फोन उचलतो) हालोऽ व्हय मी केशव... सायेब?... सायेब अजून आले न्हाईत... व्हय व्हय... पुण्याला गेलेत... आता कवा येतील, ते मी कसं सांगू? सांगतो... सांगतो... आल्याबरोबर सांगतो... सुहाससायेबांचा फोन आला व्हता, येवढंच सांगायचं न्हवं?... सांगतो सांगतो...

(फोन ठेवतो. शुभदाची बॅग घेऊन जातो)

(तेवढ्यात रवि बाहेर येतो. त्याचं लक्ष आपल्या पहिल्या पत्नीच्या तैलचित्राकडे जाते. संथ पावलांनी तो तिकडे जातो. रवि त्या चित्राकडे पाहत असता मामा बाहेर येतो. रवीला त्या स्थितीत पाहून तो थबकतो. मागून जाऊन रवीच्या खांद्यावर हात ठेवतो. रवि वळतो.)

रवि : मामा!

मामा : रवि! मला सारं समजतं, पण जगात नुसतं समजून चालत नाही, ज्याला उत्तर नाही, त्याच्याबद्दल माणसानं फार विचार करू नये.

रवि : मग तुम्ही का केलात! माणसं जातात; पण आठवणी मागं ठेवून जातात. खोट्या कल्पनेखाली त्या बुजवता येत नाहीत.

मामा : ते खरं! मी नाही म्हणतो का?

रवि : (छद्मीपणाने हसतो) तुम्ही नाही कसं म्हणाल? नाहीतर आईनं आणि तुम्ही मिळून हा चंग बांधलाच नसता. कुणी सांगितलं होतं, मला दुसरं लग्न करायचं आहे, म्हणून? कशासाठी?

मामा : तुझ्या आईच्या समाधानासाठी! तू डॉक्टर आहेस. मानसोपचारतज्ज्ञ आहेस. तूच सांगितलंस ना की, आईचं हृदय भारी कमकुवत झालं आहे, म्हणून! तिचा आता भरवसा नाही. कोणत्याही क्षणी ती जाईल. झोपेतसुद्धा!

रवि : मामा!

मामा : रवि, तुला माणसाचं मन कळतं, असं म्हणतात. कोणत्या आईला आपल्या एकुलत्या एक मुलाचा संसार उद्ध्वस्त झालेला पाहवेल? तिची एकच इच्छा होती, तिच्या डोळ्यांदेखत तुझा संसार पुन्हा उभा राहिलेला पाहावा. पाहतोस ना तिला केवढा आनंद झालाय्, तो.

रवि : असेलही! पण माझं काय? एखादे दिवशी आई निघून जाईल. आणि मी! मामा, नदीचं पाणी जेव्हा ओसरतं, तेव्हा शेतातलं पाणी आटू लागतं. आणि शेवटी सुख शोधायला गेलेले मासे त्यांच्या माथी तडफडून मरण्याखेरीज काही नसतं.

मामा : उगीच काही तरी सांगू नकोस. शुभदा का वाईट आहे?

रवि : तसं कोण म्हणतं?

मामा : मग तडफडून मरायच्या गोष्टी कशाला करतोस?

रवि : तुम्हांला ते कळायचं नाही. माझ्याकडं अनेक मनोरुग्ण येतात. त्यांच्या

जीवनांत वरून बसलेले घाव दिसत नसतात. पण त्यांचं मन झुरत असतं अनेक कारणांनी. मामा, स्नेह हा एकदाच जुळतो. स्नेहाचा धागा फार नाजूक असतो. एकदा तुटला, की परत जोडता येत नाही. (खिन्नपणे हसतो) आणि जोडला, तरी गाठ राहते. कायमची!

मामा : हे मला सांगतोस? अरे, स्वत:च्या दु:खाचं एवढं कौतुक करू नये. माझ्याकडं बघ. संसार होता. मुलं होती. सारी डोळ्यांदेखत गमावली, संसार उजाड झाला.

रवि : मग दुसरं लग्न का नाही केलं? माझ्यासारखं?

मामा : उत्तर हवं? सारा संसार संपला. कसला पाश राहिला नाही. राहिला फक्त बहिणीचा. ताईसाठी कुडाळची जमीन विकली. घरदार विकलं. तुला शिकवलं. आणि मला विचारतोस, दुसरं लग्न का केलं नाही, म्हणून?

रवि : मामा, मला तसं म्हणायचं नव्हतं.

मामा : मग काय म्हणायचं होतं? रवि, अरे, फारच थोड्यांच्या नशिबात अखेरपर्यंत अखंड धागा राहतो. बाकी सर्वांना गाठी मारूनच धागा टिकवावा लागतो. त्यालाच जीवन म्हणतात.

रवि : मामा, हे सारं पटतं. पण...

मामा : पटवून घ्यावं लागेल. अरे, मला माझं भवितव्य का दिसत नाही? एक दिवस ही ताई जाईल आणि मी या जगात एकटा पडेन.

रवि : असं का म्हणता, मामा! आम्ही नाही का?

मामा : नाही कोण म्हणतं? पण तो माझा स्वभाव नाही. तुमचा संसार उभा राहिला, त्यात सारं मिळालं. पाण्यानं नेहमी पुढंच जावं. त्याला कुणी बंधारा घालू नये. ताईच्या पश्चात मी परत कुडाळला जाईन. अजून एक कुळागर आहे. तिथं झोपडी बांधून आरामात राहीन.

रवि : (सद्गदित होतो) मामा!

मामा : (हसतो) अरे वेड्या, डोळ्यांत पाणी आणतोस कशाला? जीवन सरळपणानं बघायला शिका, असं तूच साऱ्या पेशंटना सांगतोस ना? कोकणातले उंच गेलेले माड कधी बघितलेस? त्यांना कुठं सावली असते? सावली असते फक्त तळपत्या उन्हाची. त्या सावलीखालीच तो वाढत असतो. उराशी गोड शहाळी वाढवत असतो. असा उदास होऊ नको. परघरची एक गुणी पोर तुझ्या विश्वासावर घरात आली आहे. पिंकीसारखी सुंदर लहान मुलगी पदरात आहे. तिला मायेनं कोण जपणार? कोण वाढवणार? ते बळ आता आमचं राहिलं नाही, रे!

(त्याच वेळी फोन वाजतो. रवि-मामाचं लक्ष तिकडं जातं. रवि फोन घ्यायला जाणार, तोच मामा पुढं होतो.)

मामा : स्वप्नं पडतात का काय लोकांना! थांब, मी सांगतो, तू नाहीस, म्हणून.

रवि : थांब, मामा. मी फोन घेतो.

(उचललेला फोन मामा रवीच्या हातात देतात.)

रवि : हॅलोऽ रवि स्पीकिंग... कोण? सुहास? का फोन केला होतास?... होय... होय... हं... होय... अरे, पण नुकताच लग्न करून घरी आलो... पण... ठीक आहे. आलोच मी... येतो.

(फोन चालला असता मामा कपाळाला हात लावतो. हताशपणे हात उडवतो. रवि फोन ठेवून वळतो.)

मामा : पेशंट ना?

रवि : हो!

मामा : वाटलंच. आता जाणार?

रवि : जायला हवं.

मामा : अरे, पण आत्ता कुठं आलास. अजून अंघोळ नाही. तुझं लग्न झालंय्, हे तरी लक्षात आहे ना?

रवि : सारं लक्षात आहे. तसाच तो पेशंटही. त्याला शॉकची गरज होती, म्हणून डॉ. सुहासकडं पाठविलं होतं. पेशंट तिथं बसला आहे, पण मी आल्याखेरीज शॉक घेणार नाही, म्हणतो. त्याचा माझ्यावर विश्वास आहे.

मामा : परत केव्हा येणार?

रवि : लवकर येईन. दवाखाना जवळच आहे. तिथं माझं तसं फारसं कामही नाही. (रवि गडबडीने बाहेर जातो.)

मामा : अरे केशव! केशवऽऽ (वरून केशव येतो)

मामा : वर काय करीत होतास? आता नवीन मालकीणबाई आल्या. सुटलास, बघ.

केशव : (खिक्कन हसतो)

मामा : हसतोस काय? चहा घेऊन ये.

(केशव आत जातो. परत येतो.)

केशव : आणि सायेब...

मामा :	चावडी सारव, म्हणजे सारव. मामलेदार कवा येतो, त्याची चौकशी करू नये. सायेब गेला बाहेर. माझा चहा घेऊन ये.
केशव :	व्हय, तयार हायच. येवढ्यात आणतो.
मामा :	(केशव आत जात नाही. तो तसाच रेंगाळतो.) उभा का ऱ्हायलास?
केशव :	माझी मनी ऑर्डर तेवढी लिहून देशिला, न्हवं?
मामा :	देईन बरं! कुणाला काय... कुणाला काय?
केशव :	मामासाहेब, खरं सांगू? आमची भावेश्वरी म्हंजे लई जागृत हाय. आज नवस बोलावा आनि उद्या फेडायला जावं. शपथ्थ!

(मामा कोचावर वैतागाने बोटे आपटीत असतात...)

मामा :	मग माझं एक काम करशील?
केशव :	सांगा की!
मामा :	माझाही एक नवस करायचा आहे. साकडं घालशील?
केशव :	(आनंदाने) सांगा की! अस्सा जातो आनि साकडं घालून येतो. बघा काम झालं नाही, तर! कसला नवस हाय?
मामा :	नवस होय! फक्त एक कप चहा पाहिजे, बघ.

(केशव जीभ चावतो. तो आत जायला निघणार, तोच आतून शुभदाला बिलगलेली पिंकी बाहेर येते. शुभदाच्या हाती पातळाची घडी आणि बटवा आहे. ते साहित्य ती सोफ्यावर ठेवत असते. केशव आत जातो.)

मामा :	सूनबाई, ताई कुठं आहे?
शुभदा :	त्या देवघरात आहेत.
मामा :	घर आवडलं?
शुभदा :	हो.
पिंकी :	अजून कुठं सारं घर बघितलंय्स तू? तुझी खोली किती छान केलेय्, बघ.
मामा :	या केशवचं डोकं आज ठिकाणावर दिसत नाही. मीच जातो... वेळेवर एक कप चहा नाही.

(मामा आत जातात. स्टेजवर शुभदा आणि पिंकी आहे. शुभदा विचारमग्न आहे. पिंकी तिच्याकडे पाहत असते.)

पिंकी :	(शुभदाचा पदर ओढत) ए!

शुभदा : (भानावर येत) काय?

पिंकी : तुला एक गंमत सांगू?

शुभदा : सांग.

पिंकी : पण कुणाला सांगायचं नाही.

शुभदा : नाही सांगणार.

पिंकी : माझी शपथ?

शुभदा : पिंकी, अशा सारख्या शपथा घालू नयेत. तुझा माझ्यावर विश्वास आहे ना! नाही सांगणार, म्हणजे नाही सांगणार. आता सांग, बघू, तुझी गंमत.

पिंकी : आज शाळेला बुट्टी!

शुभदा : आज शाळा होती तुझी?

पिंकी : (हसते) हो ना! पण आज्जीला सांगितलं, सुट्टी आहे, म्हणून!

शुभदा : आणि आज्जीला समजलं, तर रागावतील ना!

पिंकी : मुळीच नाही. आज्जी कध्धी कुणावर रागवत नसते. ती फार चांगली आहे.

शुभदा : त्या चांगल्या आहेत, म्हणून फसवतेस? (गुडघ्यांवर बसते. तिच्या खांद्यावर हात ठेवत तिला सामोरे धरत विचारते) खोटं सांगितलंस. खोटं कधी बोलू नये. (पिंकी शरमते)

पिंकी : तू येणार होतीस ना! म्हणून नाही गेले. परत नाही खोटं बोलणार. प्रॉमिस!

शुभदा : (अश्रुपूर्ण नजरेने पाहणाऱ्या पिंकीला एकदम कवटाळते) ठीक आहे. परत खोटं बोलायचं नाही हं! तर आपली गट्टी!

पिंकी : (हसते. मिठीतून दूर होते. डाव्या गालावर डाव्या हाताची मूठ टेकत) पण मी तुला काय म्हणू?

शुभदा : शुभदा...

पिंकी : छे! मुळीच नाही. मी तुला ताई म्हणू, की आई म्हणू? तुला काय आवडेल?

शुभदा : तुला आवडेल, ते.

पिंकी : आई म्हणू? मी आईच म्हणणार.

(शुभदा भावनावेगाने पिंकीला मिठीत घेते.)

शुभदा : म्हणायला कशाला हवं? मी तुझी आईच आहे.

(त्याच वेळी मामा आतून येतो. दोघींकडे पाहतो.)

मामा : काय चाललं होतं हितगूज? आम्हांला तरी सांगा.

पिंकी : आई, मुळीच सांगायचं नाही हं! माझी श... नाही... परत नाही...

(शुभदा पदर सावरून उभी राहते. हसते. पिंकीला जवळ घेते. आतून आई सावकाश चालत येते.)

मामा : पूजा झाली, वाटतं! आज देवापुढं नाक घासलंस?

आई : कुठली पूजा, बाबा! तो आमचा केशा म्हणजे मुलखाचा धांदरट. (किंचित थांबते. थाप लागते. सावकाश बोलते) आज सूनबाई घरात आली. म्हटलं, काहीतरी गोडधोड करावं, म्हणून सांगितलं, शेवयाची खीर कर.

मामा : मग?

आई : डोंबल मेल्याचं. शेवयाची खीर सांगितली आणि शेवग्याची आमटी करून मोकळा झाला.

(तिघे हसतात.)

हसतोस काय? परत शेवयाची खीर करायला सांगितली, म्हणून त्याच्याजवळ उभी होते.

(केशव चहाचा कप घेऊन येतो.)

केशव : आईसाहेब, माझी चूक नाही. सपष्ट सांगितलं असतं ना, तर केली असती खीर.

आई : खरं आहे, बाबा, तुझं! तुझ्या तोंडी कोण लागणार?

(केशव चहाचा कप मामांच्या पुढे करतो. मामा त्याला आपादमस्तक न्याहाळतो.)

मामा : सोन्या! आता तूच पी, हो, चहाऽऽ

केशव : म्हंजे! च्या नको?

मामा : अरे, शेवटच्या क्षणी गंगोदक मागितलं, तर गंगेकडं धावणार. तू चहा घेऊन जा. मी प्यालो.

केशव : कवा?

मामा : गाढवा! जेव्हा स्वैपाकघरात शेवग्याच्या शेंगांची खीर करीत होतास ना, तेव्हाच बाहेरच्या गॅसवर चहा करून प्यालो. आता तो चहा पी

आणि गॅसजवळची भांडी विसळून टाक. समजलं?

केशव : व्हय. मला दखल नव्हती तुमास च्या कराय् येतो, त्यो!

मामा : अरे, कसला करपलेला वास येतोय, बघ.

केशव : (डोळे विस्फारले जातात. तो एकदम तोंडावर बोटांची जुडी नेत उद्गारतो) भाजी! (आणि तसाच आत धावत जातो.)

आई : करपवली, वाटतं, मेल्यानं! सूनबाई, बघून ठेव हे एक पात्र. समजलं ना, माझं हृदय का कमजोर झालं, ते!

मामा : ताई! काय, चालवलंय्स काय? आज किती फिरतेस? बस, बघू.

आई : काही होत नाही, रे, मला. पण रवि कुठं आहे? वर आहे?

मामा : अग, तो डॉक्टर आहे ना!

आई : मग?

मामा : आला फोन. सुटला धावत. एवढ्यात येतो, म्हणाला. कुणाशीही लग्न करावं; पण डॉक्टराशी कुणी लग्न करू नये. सण नाही, वार नाही. दिवस नाही, रात्र नाही. दारावरची घंटी वाजली, की असेल तसे निघाले. सूनबाई, डॉक्टर नवरा पत्करलास ना! मग हीही सवय करून घ्यायला हवी.

(पण शुभदा हसत नाही.)

आई : सूनबाई!

शुभदा : माझं नाव शुभदा आहे.

आई : बरं! मला पण त्याचं नावानं हाक मारायला आवडेल. शुभदा, सोफ्यावर अजून तुझं पातळ, बटवा पडलेला आहे, तो घे आणि वर जाऊन ते नेसून ये. दागिने घाल. पिंकी, तिला खोली दाखव.

(पिंकी सोफ्यावरचे पातळ काखोटीला मारते. बटवा घेते. उजव्या हाताने शुभदाचा हात पकडून ती जाऊ लागते. दोघी जिन्यावरून वर जाऊ लागतात. थकलेली आई खुर्चीवर बसते. पदराने घाम टिपते.)

मामा : दमलीस?

आई : नाही, रे. जरा चाललं, की असाच घाम येतो. चालायचंच.

मामा : चालायचंच काय? मग कशाला श्रम घ्यावेत?

आई : ते जाऊ दे. शुभदा-रवीची काही बोलाचाली झाली काय?

मामा : छे! प्रवासात तर मी त्यांच्याबरोबर होतो. घरी आल्यापासून त्यांना उसंत मिळालीय् कुठं? असं का विचारलंस?

आई	:	नाही. आल्यापासून ती अगदी गप्प आहे. मोकळेपणानं वागत नाही.
मामा	:	तुमची बायकांची कमाल आहे. ताई, नवीन आलेली ती नवरी. ती नव्या घरात मोठ्या माणसांसमोर हसेल-खिदळेल कशी? ती आदबीनंच वागेल.
आई	:	उगीच वाटलं, म्हणून...
मामा	:	तसं काही नाही. मघा मी आलो ना, त्या वेळी पिंकीबरोबर हसत-खेळत बोलत होती.
आई	:	असू दे! सुखात राहू दे, म्हणजे झालं. (त्याच वेळी दारावरची बेल वाजते) आला, वाटतं.

(मामा जाऊन दार उघडतात. कोणी नसतं. दारात अडकवलेला पेपर घेऊन आत येतो.)

आई	:	आला काय?
मामा	:	(पेपर उघडत) आला. रवि नव्हे. पेपर! तरी संध्याकाळी आणून टाकत जावा, म्हणे! (पेपरवरून नजर फिरवत सोफ्यावर बसतो) व्वा! झकास! सुरेख. बेस्ट.
आई	:	अरे, काय झालं?
मामा	:	काही नाही. मथळे वाचतोय्. सिकंदराबाद येथे भीषण अपघात. स्टेशनात गाडी उभी असता दुसरी गाडी येऊन आदळली. पंचवीस ठार. सत्तर जखमी. भोपाळ बस उलटून नदीत पडली. सर्व मेले. मुंबईत भर वस्तीत दरोडा. बँक लुटली. त्याखेरीज मोर्चे, दंगल, जाळपोळ, या क्षुल्लक नित्याच्या बाबी. नेत्यांची चावून चोथा झालेली भाषणं आहेतच. अग, थांब. नानीटला एका गाईला तीन तोंडांचं वासरू झालंय्, म्हणे. दत्ताचा अवतार असावा, म्हणून भाविकांची गर्दी उसळलेय्.
आई	:	पुरे पुरे. मला नाही ऐकायचं.
मामा	:	मग सगळ्याच किरकोळ बातम्या आहेत. पंजाबमध्ये अतिरेक्यांचा अतिरेक, काश्मीर पेटले, तामीळनाडूमध्ये दंगल. आयझोफिनच्या अध्यक्षांचे आगमन, विमानतळावर भव्य स्वागत. पंतप्रधानांचा राष्ट्राला इशारा.
आई	:	आता गप्प बसतोस का! काय वाचायचं, ते मुकाट्यानं वाच.

(बेल वाजते. मामा जाऊन दार उघडतो. रवि आत येतो.)

रवि	:	(हसत) काय चाललंय्?

मामा : अरे, आत्ता पेपर आला. तुझ्या आईला ताज्या बातम्या सांगत होतो. पण तिला इंटरेस्ट नाही. तुझी, शॉक-ट्रीटमेंट झाली?

रवि : हो!

आई : कुणाला शॉक-ट्रीटमेंट?

रवि : अग, मला नव्हे. माझ्या पेशंटला.

आई : केवढी भ्याले मी, मेल्याला धड बोलताच येत नाही.

मामा : आता मी काय म्हणालो, बुवा!

(पुढे कोणाला बोलता येतच नाही. पायऱ्यांवरून पिंकी आणि शुभदा उतरत असतात. साऱ्यांचं लक्ष तिकडे वळतं. रूपसंपन्न शुभदानं नवं पातळ नेसलेलं असतं. अंगावर दागिने असतात. कपाळी चंद्रकोर उठून दिसत असते.)

मामा : बघ, ताई! कशी लक्ष्मीसारखी दिसते!

आई : लक्ष्मीसारखी नव्हे. ती घरची लक्ष्मीच आहे. चल, रे, गोपाळा. फार वेळ झाला. जेवणाचा काय बेत झालाय्, ते बघू या. पिंकी, जरा माझा हात धरतेस?

(तिघे आत जातात. रवि, शुभदा स्टेजवर उरतात. भारावलेल्या नजरेने रवि शुभदाला पाहत असतो. तो एक पाऊल पुढे होतो.)

रवि : शुभदा, तू खरच सुंदर दिसतेस. हे पातळ शोभतं तुला.

शुभदा : तुमच्या आईनी सांगितलं, म्हणून नेसले.

रवि : (हसून) अग, मी तुला कॉप्लीमेंट दिला.

शुभदा : त्याची मला गरज नव्हती.

रवि : ठीक आहे. तुझी मर्जी. मी येवढ्यात कपडे बदलून येतो.

(रवि गडबडीनं जिना चढून वर जातो. रंगमंचावर शुभदा एकटी उभी असते– सुन्न झालेली. त्याच वेळी आतून पिंकी येते.)

पिंकी : आई!

शुभदा : काय, ग?

पिंकी : आज एका माणसाची चंगळ आहे.

शुभदा : कसली, ग?

पिंकी : आज जेवायला काय आहे, माहीत आहे? ओळख, पाहू?

शुभदा : ओळखू?

पिंकी	:	ओळख.
शुभदा	:	शेवया.
पिंकी	:	चल, खोटारडी कुठली. ते मघाच आज्जीनं सांगितलं होतं. ओळख.
शुभदा	:	नाही, बाई. हरले.
पिंकी	:	(टाळ्या वाजवते) कशी हरली! मी सांगू? पुऱ्या केल्यात. कुरडया आहेत. पापड आहेत. शेवग्याची आमटी आहे आणि मसाल्याचा भात आहे. आणि काय बरं?... हा आठवलं. नारळाची कढी पण आहे. मठ्ठा पण आहे. मला खूप आवडतो. झालं?
शुभदा	:	राहिलंय् काही तरी.
पिंकी	:	मुळीच नाही. येवढंच.
शुभदा	:	(नकारार्थी मान हलवते) अहं! राहिलंय्...
पिंकी	:	(फुरगटून) राहिलं, तर राहू दे. तू सांग, बघू.
शुभदा	:	खूप राहिलंय्. केवढं जरी सुग्रास भोजन केलं, तरी ताटाला लिंबू, मीठ आणि लोणचं हवंच ना! त्याशिवाय चव कशी लागेल?
पिंकी	:	खरंच की!
शुभदा	:	(स्वतःशीच) आयुष्यात असंच असतं. नुसत्या पक्वान्नांनी पोट कधी भरत नाही. साध्या गोष्टींनासुद्धा केवढा अर्थ असतो, नाही? नाहीतर सारं जीवन नीरस, व्यर्थ होऊन जातं. (पिंकी आश्चर्याने तिच्याकडे पाहत असते)
पिंकी	:	आई, असं काय बोलतेस एकटीच?
शुभदा	:	हरवलेलं माणूस असंच बोलतं... असंच बोलतं...

(शुभदा एकदम पिंकीला जवळ ओढते आणि रडू लागते.)

प्रवेश समाप्त

प्रवेश दुसरा

वेळ	:	*रात्री १०-११*
स्थळ	:	*डॉ. रवीचे घर, मुंबई.*

(पाठीमागच्या खिडकीतून मुंबईच्या इमारती दिसत आहेत. रंगमंच प्रकाशतो, तेव्हा एकटी शुभदा सोफ्यावर बसलेली आहे. अंगावर तेच

कपडे आहेत. सोफ्यावर बसून शुभदा कसले तरी पुस्तक वाचते आहे. एक जांभई देते. डोळे चोळते आणि परत पुस्तक वाचू लागते. त्याच वेळी जिन्यावरून रवीची पावले वाजतात. अंगात नाईट ड्रेस आहे. शुभदा उभी राहते. रवि जिन्यावरच्या टप्प्यावर उभा राहून क्षणभर शुभाला निरखतो. सावकाश खाली येतो.)

रवि : शुभदा. (शुभदा काही बोलत नाही. भयचकित नजरेनं ती त्याच्याकडे पाहत उभी असते.)

रवि : शुभदा! आई झोपली?

शुभदा : हो.

रवि : आणि मामा?

शुभदा : ते आईच्या खोलीत झोपले आहेत.

रवि : पिंकी.

शुभदा : ती मामांच्याजवळ आहे.

रवि : आणि तू काय करते आहेस?

शुभदा : वाचते आहे.

रवि : काय वाचते आहेस?

शुभदा : गॉडफॉदर. (रवि हसतो.)

रवि : कमाल आहे! मी तुझी वाट पाहत होतो. मला वाटलं, तू आईशी बोलत बसली असशील. आज आपल्या लग्नाची पहिली रात्र आहे.

शुभदा : माझी. तुमची नव्हे.

रवि : ठीक आहे. तुझी असेल. पण त्यात काय बिघडलं?

(शुभदा काही बोलत नाही. रवि पुढे होतो. तशी ती उभी रहाते. तिच्या चेहऱ्यावर मूर्तिमंत भीती उमटलेली असते.)

रवि : असं का करतेस, शुभदा! वेडी का आहेस?

शुभदा : खरंच वेडी होईन मी.

रवि : शुभदा! (पुढे होऊन तिचा हात धरतो. ती हात झिडकारते)

शुभदा : स्पर्श करू नका. तो अधिकार तुम्हांला नाही.

रवि : (थिजतो) मला अधिकार नाही! मी तुझ्याशी विवाह केला आहे. तू माझी पत्नी आहेस. आणि मला स्पर्श करण्याचा अधिकार नाही?

शुभदा : मुळीच नाही... मुळीच नाही. मला काही विचारू नका.

(शुभदा धावत कोपऱ्यात जाते. रडू लागते. रवि क्षणभर थबकतो.

सावकाश तिच्या मागे जातो. तिच्या खांद्यावर हात ठेवतो. ती अंग चोरून पुढे सरकते.)

रवि : ठीक आहे. मी नाही स्पर्श करणार. मग तर झालं? पण, शुभदा, इकडं बघ. बघ, म्हणतो ना! (शुभदा सावकाश वळते. डोळे टिपते.)

रवि : दॅट्स गुड! आता सांग पाहू, काय झालं, ते. किती झालं, तरी मी तुझा पती आहे. तेवढं समजून घ्यायचा मला अधिकार नाही?

शुभदा : (परत डोळे भरतात.)

रवि : हां हां! परत रडायचं नाही. सांग, बघू.

शुभदा : त्याचा आता काही उपयोग नाही. ती वेळ केव्हाच टळून गेली.

रवि : कसली वेळ?

शुभदा : का छळता मला? मी तुमच्यावर कधीच प्रेम करणार नाही.

रवि : हो हो! तुझा भ्रम आहे. प्रेम कधी आकाशातून पडत नसतं. ते सहवासानं, स्नेहानं जडतं.

शुभदा : तेच सांगते मी. पण कसं सांगू?

रवि : सगळं सांगून टाक. माझ्याकडं जे पेशंट येतात ना! ते तुझ्यासारखेच गुदमरलेले असतात. माणसानं एकदा मनमोकळेपणानं, स्पष्टपणानं सांगितलं, तर त्याचं मन हलकं होतं. त्याला जीवन सरळपणे जगता येतं.

शुभदा : हं! सरळपणानं जगता येतं. ते माझ्या आयुष्यातलं केव्हाच संपलं आहे.

रवि : बस्स कर! जीवनात अशी कुठलीही घटना नाही की, जिची वाट नीट करता येत नाही. सांग. काय झालं?

शुभदा : काय सांगू मी! माझं एकावर प्रेम होतं, म्हणून सांगू? त्याच्याशी मला लग्न करायचं होतं, म्हणून सांगू? कोणत्या तोंडानं?

रवि : तुझं प्रेम होतं?

शुभदा : हो! होतं.

रवि : कोण होता तो भाग्यवान?

शुभदा : भाग्यवान कसला? दुर्दैवी म्हणा.

रवि : काय झालं? काय बिनसलं? कोण होता तो?

शुभदा : होता नव्हे, आहे! त्याचं नाव आहे सारंग भोसले.

रवि : सारंग भोसले! कुठं तरी हे नाव मी ऐकलंय्.

शुभदा : ते लेखक आहेत. त्यांच्या कथा-कादंबऱ्या प्रसिद्ध आहेत. चित्रपट-

कथाही ते लिहितात.

रवि : आठवलं! ठीक. मग कशात अडचण आली?

शुभदा : सारंग लेखक असला, तरी फारसं मिळवत नाही आणि त्यापेक्षा आमची जात आड आली. तो मला मागणी घालायला आला होता आणि माझ्या घरून त्याला अपमान करून, शिवीगाळ करून घराबाहेर हाकलून दिला.

रवि : प्रेम तुमचं होतं. तू का भांडली नाहीस?

शुभदा : कुणाबरोबर भांडू? आईबापांबरोबर? कशाच्या बळावर?

रवि : सारंगच्या.

शुभदा : कैक वेळेला माणसाचा सभ्यपणा नडतो. सारा अपमान सहन करून तो निघून गेला. जाताना मला नुसताच चल म्हणाला असता, तरी तेवढ्या बळावर मी घरदार सोडून तशीच त्याच्यामागून गेले असते.

रवि : मग परत भेटला नाही?

शुभदा : भेटणार कशी? माझ्यावर कडक नजर होती. त्याच वेळी तुमचे मामा आले. आई-वडिलांना लवकर लग्न करण्याची घाई होती. मला दाखवायला ते इथं घेऊन आले. तुम्हांला मी पसंत पडले आणि तातडीनं हे लग्न उरकलं गेलं.

रवि : पण मला तरी हे सांगायचं होतंस.

शुभदा : तुम्हांला सांगायचं! कसं? एवढे मानसोपचार-तज्ज्ञ आहात आणि तुम्हांला एवढं कळत नाही? स्त्री कधी हे बोलू शकत नाही. त्यात मी तुम्हांला पसंत पडले होते ना?

रवि : साफ खोटं. तू मला पसंत पडलीस, हे अर्धसत्य आहे. तुझ्यात तसा कोणताच दोष नाही. दोष असलाच, तर तो आपल्या नशिबाचा.

शुभदा : नशीब!

रवि : नाहीतर काय? मी श्रीमंत घरात वाढलो नाही. मी मॅट्रिक पास झालो. स्कॉलरशिप मिळाली आणि माझं पितृछत्र हरवलं. त्यानंतर आईनं आणि मामांनी अपार कष्ट घेऊन मला शिकवलं. त्यासाठी मामांनी आपली शेतीवाडी विकली. मी डॉक्टर झालो. आम्ही सारे मुंबईत स्थायिक झालो. आणि माझा सुशीलेशी विवाह झाला. प्रेमबीम काही नव्हतं. आई-मामांनी लग्न ठरवलं होतं. (रवि थांबतो. उसंत घेतो) आमचा संसार सुखाचा होता. पिंकीच्या वेळी तिला दिवस गेले. पिंकीचा जन्म झाला. मूल आडवं आलं होतं, म्हणून ऑपरेशन करून पिंकीला जग दाखवावं लागलं आणि जगाकडं न पाहता सुशीला निघून

गेली. त्यात आई पुरी खचली. दुसऱ्या लग्नाचा तिनं खूप आग्रह केला; पण मी तो मानला नाही. सुशीलेची आठवण कधी मनातून सरली नाही.

शुभदा : मनात नव्हतं, तर लग्न का केलंत?

रवि : चांगलं विचारलंस. आठ वर्षं मी एकाकी काढली. चांगल्या तऱ्हेनं एकाकी जीवन जगलो. माझ्या वर्तनाबद्दल शंका घेणारा एकही माणूस तुला दिसणार नाही. पण परिस्थितीमुळं मला नमावं लागलं.

शुभदा : परिस्थिती!

रवि : गेल्याच महिन्यात डॉक्टर मेहतांना आईला दाखवलं. ते हार्ट-स्पेशालिस्ट आहेत. त्यांनीच तो कठोर निर्णय सांगितला.

शुभदा : कसला निर्णय?

रवि : आईचं हृदय फार काळ टिकाव धरणार नाही. आता ती फारच थोड्या दिवसांची सोबती आहे. कोणत्याही क्षणी...

शुभदा : डॉक्टर!

रवि : पूस ते डोळे. मला अनुकंपा दाखवलेली आवडत नाही.

शुभदा : यावर काहीच का उपाय नाही?

रवि : निदान भारतात तरी नाही. अमेरिकेत कदाचित...

शुभदा : मग अमेरिकेला का नेत नाही?

रवि : अमेरिका का सोपी वाटली? तेही केलं असतं. त्यासाठी हवी ती धडपड केली असती, पण विमानाचं उड्डाण आणि विमानाचं उतरणं त्या वेळी हृदयावर ताण पडतो, तो तिला सोसायचा नाही. आणि जरी अमेरिका गाठली, तरी पाच टक्के यशाची शक्यता. निदान अखेरच्या दिवसांत तरी तिचे हाल होऊ नयेत, असं वाटतं. जाऊ दे. जे होणार असेल, ते होईल. सांगायचं एवढंच होतं की, आईची शेवटची इच्छा म्हणून लग्नाला उभा राहिलो– फक्त आईच्या समाधानासाठी! तसं पाहिलं, तर आपल्या दोघांवरही हे लग्न लादलं गेलं आहे. (हसतो.)

शुभदा : का हसलात?

रवि : काही नाही. सहज आठवलं. मी अनेक उशीच्या खोळींवर विणलेली दोन हृदयं पाहतो. त्यांना एका बाणानं जुळवलेलं असतं. पण एकाच बाणानं दोन हृदयं विदीर्ण झालेली मी आजच पाहतो आहे. त्यामुळं हसू आलं.

शुभदा : अति झालं आणि हसू झालं, असंच ना?

रवि : तसं काही म्हणता येणार नाही. कदाचित काही दिवसांनी...

शुभदा	:	नाही, ते होणं शक्य होणार नाही. संसाराचे सूर पहिल्या रात्रीच जुळावे लागतात. तरच पुढं संसाराची मैफल जमते. नाहीतर एखादा सूर सारं आयुष्य बदसूर करून जातो.
रवि	:	सुरेख! शुभदा, हे वाक्य एखाद्या नाटकात घालायला फार सुंदर आहे. हे एम्.ए.चं ज्ञान जीवनात चालत नाही. तू एम्.ए. आहेस. मी डॉक्टर आहे. दोघंही शिकलेले, सुसंस्कृत आहोत. पण आज आपल्यामध्ये खोल दरी निर्माण झाली आहे. मी तुला दोषी धरीत नाही. तसंच तू मला दोष देऊ नकोस.
शुभदा	:	मी कुठं तुम्हांला दोष देते?
रवि	:	थँक्स! पण, शुभदा, एक लक्षात ठेव. मैफल केव्हाही एका रागानं संपत नसते. पहाटेच्या भैरवानं सुरुवात झालेली मैफल अखेरीस भैरवीनं संपते. त्यामध्ये अनेक राग आळवले जातात. त्यांतला एखादा ख्याल जमला नाही, म्हणून कधी सारी मैफल बेसूर बनत नसते. समजू, आपण आपल्या जीवनातला एक राग हरवला. दुसरा उभा करू.
शुभदा	:	सांगितलं ना! मला आता ते जमणार नाही.
रवि	:	ठीक आहे. मी तुझ्यावर काही लादणार नाही. चल, रात्र फार झाली.
शुभदा	:	कुठं?
रवि	:	आपल्या खोलीत.
शुभदा	:	त्या खोलीत! आपण दोघं?

(रवि हताश होतो पुढं येतो. शुभदाच्या खांद्यावर हात ठेवण्यासाठी हात पुढे करतो आणि हात तसाच मागे घेतो.)

रवि	:	तुला माझ्यावर विश्वास ठेवावाच लागेल. शुभदा! मी तुला एक विचारू?
शुभदा	:	काय?
रवि	:	समज. मी तुझ्यावर बलात्कार केला, तर कोणी विश्वास ठेवणार नाही. कोणी ते मान्यही करणार नाही, कारण तू माझी पत्नी आहेस. या क्षणी!
शुभदा	:	(भयभीत होऊन मागे सरकते)
रवि	:	घाबरू नको. मी तसं काही करणार नाही. जे दान देताना दुःख होतं, ते मी कधीच स्वीकारत नसतो. मी एक मानसोपचार-तज्ज्ञ आहे. मनोभावना मला कळतात, असा माझा अहंकार आहे.

शुभदा	:	मी इथं सोफ्यावर झोपीन.
रवि	:	किती दिवस? घरात आई, मामा, केशव आहेत. त्यांच्या नजरेतून ही गोष्ट सुटेल? आईची परिस्थिती तुला ठाऊक आहे. ज्यासाठी मी हे अग्निदिव्य स्वीकारलं, त्याला काहीच अर्थ राहणार नाही. निदान त्या जात्या जीवासाठी...
शुभदा	:	(शहारते) नाही, ते मला जमणार नाही.
रवि	:	शुभदा! सारेच पुरुष सारखे नसतात. जगात सज्जनही खूप असतात. तुझं प्रेम त्या सारंगवर होतं ना? तुमची मैत्री होती ना? लग्न करण्यापर्यंत तुमची मजल गेली होती ना? मग तुमचे संबंध कसे होते?
शुभदा	:	ती निखळ मैत्री होती.
रवि	:	त्यावर कोण विश्वास ठेवील? कुणाला हे पटेल? शुभदा. थोडा विचार कर. जे तू मला सांगते आहेस; ती तुझी प्रेमकथा ऐकल्यावर मी बोलायला हवं होतं. मी तुझा धिक्कार करायला हवा होता. मीच तुझ्याशी संबंध तोडायला हवे होते.
शुभदा	:	डॉक्टर!
रवि	:	घाबरू नको! तसं काही होणार नाही. ठीक आहे. तुझी आणि सारंगची निखळ मैत्री होती, हे मला मान्य आहे, पण ज्या सारंगच्या आठवणीवर जगते आहेस, तो तुझा सारंग तुला उद्या भेटला, तर माझ्यासारख्या एका डॉक्टरबरोबर पत्नी या नात्यानं राहिल्यानंतर तुझं-माझं एकत्र राहणं हे केवळ एक नाटक होतं, हे तो मान्य करील का? त्याचा विश्वास बसेल?
शुभदा	:	सारंगला काही वाटण्याचा प्रश्न येतोच कुठं? जेव्हा तुमच्याशी माझं लग्न झालं तेव्हाच ते नातं संपलं.
रवि	:	मग हा अट्टहास का?
शुभदा	:	कारण एकच. मी स्वतःला जे जपते, ते केवळ माझ्या मनाच्या शांतीसाठी. ज्या दिवशी आम्ही वचनबद्ध झालो, त्याच दिवशी मी मनानं त्याची झाले; ते वचन मला जन्मभर जपायचं आहे. माझ्यासाठी.
रवि	:	तुझ्या भावना मी मानतो. जोवर तुझ्या मनाचा निर्धार आहे, तोवर मी तुला स्पर्श करणार नाही. एक बालपणीची आठवण झाली. आम्ही कुडाळला होतो ना, तेव्हा मामांनी एक पोपट पाळला होता. मामा त्याला डाळिंबाचे दाणे भरवीत असत.
शुभदा	:	मग काय झालं त्या पोपटाचं?
रवि	:	(हसतो) पण मला तो पोपट पिंजऱ्यात बंदिस्त झालेला आवडत नसे.

शिकवलं, तेवढं बोलायचा. एक दिवस मामा आई घरात नाहीत, हे पाहून मी पिंजऱ्याचं दार उघडलं. पोपट उडून गेला, तेव्हा मला बरं वाटलं.

शुभदा : (हसते) फार चुकलात तुम्ही.

रवि : का?

शुभदा : पिंजऱ्यात सवय झालेल्या पक्ष्यांना स्वतंत्रपणे जगात येत नाही. दुसरे पक्षी त्यांना मिसळून घेत नाहीत.

रवि : माझी स्थिती त्या पोपटासारखीच झाली आहे. या क्षणी हा दुर्दैवी डॉक्टर तुझ्याकडं एकच मागणं मागतो आहे. तेवढं दे.

शुभदा : मागणं! कसलं मागणं?

रवि : जोवर तू होऊन मान्य करणार नाहीस, तोवर मी तुला स्पर्श करणार नाही. हे मी तुला वचन देतो. हा शब्द खोटा ठरणार नाही. पण माझ्यासाठी नव्हे, माझ्या आईसाठी आपण हे नाटक चालवलं पाहिजे.

शुभदा : कसलं नाटक?

रवि : हेच! आपण दोघं आनंदात आहोत. तसं भासवायला हवं. या संसारात तू रमली आहेस, असं दिसायला हवं. मी तुला वचन देतो, ज्या दिवशी तो दुर्दैवी क्षण अवतरेल, जेव्हा माझी आई या जगात नसेल, त्या क्षणी मी तुला ह्या संसाराच्या बंधनातून मुक्त करीन.

शुभदा : पण नंतर मी जाऊ कुठं?

रवि : ते मी आज कोण सांगणार? निदान आज आपल्या विवाहाच्या प्रथम दिवशी तो विचार करू नको. ज्या दैवानं आपल्याला एकत्र आणलं, त्या दैवानंही काहीतरी ठरवलं असेल ना? जे इथले दिवस असतील, ते आनंदानं काढ. तुझ्या घरात हक्कानं वावरतेस, असं समज.

शुभदा : एवढं का ते सोपं आहे?

रवि : निश्चितपणे आहे. शुभदा, जीवन हे इतकं स्वस्त नाही की, ते वारेमोल घालवावं. गेलेला प्रत्येक क्षण आयुष्यात परत येत नसतो. काही झालं, तरी तो क्षण वाया घालवू नको. लाईफ इज वर्थ लिव्हिंग. हे कधी विसरू नको. मी माझं वचन पुरं करीन. तुझ्या विश्वासाला धक्का लागणार नाही.

शुभदा : आणि लागला, तर!

रवि : मला विचारतेस? फार थोडं ओळखतेस मला. तसं काही चुकून घडलंच, तर रवि या जगात असणार नाही.

शुभदा : डॉक्टर...

रवि : जा. वर जा. निवांतपणे झोप जा... जा, म्हणतो ना?

(शुभदा हळू हळू जिन्याकडे जाते. जिन्याच्या मधल्या टप्प्यावर थांबते, वळून पाहते. रवि तिच्याकडे पाहत असतो. त्याच्या चेहऱ्यावर स्मित असते.)

रवि : जा. निर्धास्तपणे झोप. कसलाही संशय मनात बाळगू नको.

(शुभदा निघून जाते. स्टेजवर रवि एकटा उभा असतो. भकास नजरेनं, स्थिर पावलानं.)

प्रवेश समाप्त

प्रवेश तिसरा

वेळ : *सकाळचा दहाचा सुमार*
स्थळ : *डॉ. रवीचे घर, मुंबई.*

(रंगमंचावर प्रकाश येतो, तेव्हा मामा आणि केशव असतात. मामा केशवच्या हातात कप देत असतात.)

मामा : व्वा! झकास चहा केलास, रे.
केशव : मी नव्हं. वैनीसायबांनी केला.
मामा : तरी वाटलंच. शीक तिच्याकडनं काहीतरी.
केशव : व्हय! आजपतूर त्याच करीत व्हत्या. वैनीसाब आल्यापासनं माझ्या हातचं कुणाला गोड वाटंना झालंय्.
मामा : तसं नव्हे, रे! नवी सून घरात आली. तिचं कौतुक करायला नको का?
केशव : ते मातूर खरं. खरं सांगू, मामासाब...?
मामा : काय?
केशव : वैनीसाब घरात आल्या आनि घर पार बदललं. साऱ्या घरभर खारीवानी फिरत्याती. दम म्हणून न्हाई. घराचं सोनं झालं, बघा.
मामा : (खुशीत येऊन) अरे, निवड कुणाची! त्या पोरीला पाहिलं आणि त्याच क्षणी ठरवलं, या घरची सून आणायची, तर तिलाच आणायची.
केशव : खरं वाटत न्हाई, बघा. मला वाटलं, शिकलेली मड्डम घरात येणार,

त्यात दुसरी बायको लाडाची. सोपलाच कारभार. पण ह्या बाई निराळ्या हाईत. स्वैपाकपान्यापासनं सगळीकडं नजर असतीया, बघा. स्वैपाकातलं मला तर काय समजंना झालंय्.

मामा : का, रे? काय झालंय्?

केशव : काय सांगू! च्यायनीज डीस, वीजी सूप.

मामा : अरे, वीजी सूप नव्हे. व्हेजिटेबल सूप.

केशव : तेच ते. काय कळत न्हाई. तव्यावर परतलेली भाजी. खमंग फोडणीचा वास. सगळं गेलं. आनि सायबबी ते आळणी खानं मिटक्या मारीत खात्यात.

मामा : आपल्याला पण ते आवडतं हं!

केशव : अशी बाई म्या बघितली नव्हती. म्या जांभई देत बाहीर येतोय्, तर ही बाई आंघूळ करून, पदर कसून हजर. आता आईसाब हंतरुणाला टेकल्यापासून सखू ठेवलीया, नव्हं! लोटझाड तिचं काम, पन न्हाई! आईसायेबांच्या खोलीला फिनेल घालून ह्याच पोतेरं करणार. मामासाब, परवा तर कमालच झाली.

मामा : काय झालं?

केशव : सांगायाबी लाज वाटती, बघा. अवो, परवा आईसायेबांचं बेड पॅन का काय म्हंत्यात ते... ते बाईसायबांनी उचललं. साफ केलं. आता सखू काय घरात नव्हती?

मामा : अरे. ती आई म्हणते ना ताईला. मग करणारच. पण पिंकीला किती जपते. मला काळजी होती, ती तिची. किती झालं, तरी सावत्र आई तिची. पण किती जपते, पाहतोस ना! एका महिन्यात त्या पोरीला केवढा लळा लावला, बघ ना! अरे, पण दहा वाजायला आले. डॉक्टर आले नाहीत?

केशव : तुमी पूजेत व्हता, तवाच येऊन गेले. त्यांना पोचवायला साहेबबी गेल्यात.

मामा : केशव. मला ताईची फार काळजी वाटते, रे!

केशव : आता तुमची धीर सोडलासा, तर सायबांनी काय करावं?

(त्याच वेळी शुभदा बाहेर येते.)

शुभदा : केशव!

केशव : जी!

शुभदा : जी काय? तुला काय सांगितलं होतं?

केशव :	(डोकं खाजवत) काय सांगितलं व्हतं बरंऽऽ?
शुभदा :	कपाळ माझं! अरे, तुला, कोथिंबीर आण, म्हणून सांगितलं होतं ना?
केशव :	व्हय का! इसरलोच बघा.

(कप उचलतो. नकळत शुभदाच्या हाती देतो. आणि धावत आपल्या खोलीत जातो. शुभदा हातातल्या कपाकडे आणि मामाकडे पाहत असते. मामा हसतात. त्याच वेळी डोक्याला टोपी घालून केशव येतो. शुभदा कप घेऊन आत जाते. केशव दार उघडतो, त्याच वेळी रवि आत येतो. केशव निघून जातो. रवि टप्प्यावर तसाच उभा आहे. तो मामाकडे पाहतो. एक नि:श्वास सोडून, पायऱ्या उतरून खाली येतो. आपल्या खोलीकडे जाऊ लागतो, तोच मामा हाक मारतात.)

मामा :	रवि... (रवि वळतो) काय म्हणाले डॉक्टर?
रवि :	काय म्हणणार? आईची तब्येत तेवढी बरी नाही. श्वास घेताना त्रास होतो. तपासून निघून गेले. त्यांनीही आशा सोडली आहे. संध्याकाळी परत येईन, म्हणाले. आवश्यकता वाटली, तर ऑक्सिजन देईन, म्हणाले. त्यानं तिला रिलीफ वाटेल. मामा, मला आता सहन होत नाही.
मामा :	रवि! तू डॉक्टर ना? पंचांग स्पष्टपणे मांडलं असताना कोणते ग्रह कुठल्या स्थानी आहेत, याची चौकशी कशाला करावी? जेवढं होतं, तेवढं केलंस. एक महिना का होईना, तिनं तुझा उभारलेला संसार पाहिला. साऱ्या इच्छा पुऱ्या झाल्या. मग जीव कुडीचा मोह धरील कशाला? तिला बिनत्रासाचं मरण यावं, येवढंच आपण मागायचं?

(हे बोलत असता मामांच्या डोळ्यांतून अश्रू वाहत असतात.)

रवि :	पुसा ते डोळे! मी जरा वर जातो. शुभदा! शुभदाऽ
शुभदा :	(आलेऽ म्हणत पदराला हात पुसत बाहेर येते.)
रवि :	ही औषधं आणायची आहेत. तेवढी आणून घे.

(कागद शुभदाच्या हाती देऊन तो वर जाण्यासाठी वळतो. जिन्यावरच थबकतो)

शुभदा :	मामासाहेब!
मामा :	शुभदा! हे मामासाहेब फार झालं. साहेब साहेब म्हणून माझा मामा करू नकोस. काय म्हणतेस? (शुभदा हसते.)

शुभदा	:	मामा, येवढी औषधं घेऊन येता? पिंकी जेवते आहे, नाहीतर मीच आणली असती.
मामा	:	(मामा हातातल्या कागदाकडे पाहतो.) आणि पैसे?

(शुभदा किल्ल्यांचा जुडगा मामाच्या हाती देते.)

शुभदा	:	आईच्या खोलीत लॉकरमध्ये पैसे आहेत.
मामा	:	पण तूच दिलेस, तर!
शुभदा	:	परत हेच वाक्य म्हणा. परत त्या किल्ल्यांना मी हात लावणार नाही. आजवर मीच का होते? तुम्ही जिथं पैसे ठेवत होता ना, तिथंच ठेवलेत. जरा जास्तच पैसे घेऊन जा. कमी-जास्त लागतील.

(रवि जिन्याच्या पहिल्या पायरीवरून हे सारं पाहत असतो. मामाचं लक्ष तिकडे जातं. तो हसतो. मामा काही न बोलता आत जातो. तोच पाय आपटत पिंकी बाहेर येते. तिच्या अंगात शाळेचा युनिफॉर्म असतो. तिचं लक्ष रवीकडं जातं.)

पिंकी	:	बाबाऽ बाबाऽ
रवि	:	काय झालं माझ्या बाबीला?
पिंकी	:	बोलू नका माझ्याशी.
रवि	:	अग, पण काय झालं एवढं संतापायला?
पिंकी	:	आई मोठी वाईट्ट आहे.
रवि	:	काय केलं तिनं?
पिंकी	:	बघा ना! आज माझी पी.टी आहे. माझ्या बुटाला पॉलिश कर, म्हणून सांगितलं होतं. मला आज डब्यातून सांजा पाहिजे, म्हणून सांगितलं होतं. काही ऐकत नाही.
मामा	:	(आतून येत) सारं ऐकते. तिनं सकाळीच तुझा सांजा केला आहे. सुरेख झाला आहे. बेदाणे, बदाम घालून केलाय्.
पिंकी	:	(संशयानं) तुम्ही खाल्लात, वाटतं?
मामा	:	हो! पण थोडा ठेवलाय् मी तुझ्यासाठी. रवि, औषध आणतो.
रवि	:	हो! पलीकडं मेडिकल शॉप आहे. तिथं सारं मिळेल.

(मामा जातात. रवि जिन्याकडे जात असता थबकतो. पिंकी ओरडते आईऽ आईऽ ए आईऽऽ शुभदा बाहेर येते, तेव्हा तिच्या हातात बूट असतात. खायचा डबा असतो.)

शुभदा : या घरात कुणाला दमच नाही... बोललं, की झालं पाहिजे. (पिंकीकडे पाहत) नीट बैस.

(पिंकी सोफ्यावर बसते. पिंकीसमोर शुभदा गुडघ्यांवर बसते. पिंकी तिच्या खांद्यावर हात ठेवते. शुभदा तिचे बूट घालते.)

पिंकी : आई, तू आजोबांना सांजा खायला दिलास?

शुभदा : कुणी सांगितलं?

पिंकी : आजोबाच म्हणाले.

शुभदा : तू काही काळजी करू नको. डबा भरून सांजा दिलाय्. वेफर्सही ठेवलेत. भरपूर खा. आज मनासारखं जेवली नाहीस तू. कळलं? (हसते)

पिंकी : हसतेस काय?

शुभदा : हसू नको, तर काय करू? खाऊ शाळेतल्या भवान्यांना वाटायचा आणि मग घरी येऊन रडायचं, 'भूक लागलीऽ'

(दोघीही हसतात. पिंकी शुभदाच्या गळ्याला मिठी घालते)

पिंकी : आईऽ

शुभदा : बोला.

पिंकी : आज मी घरी राहू? आमाला कंटाळा आलाय्.

शुभदा : तर तर! ते काही चालणार नाही. चला, पाहू, शाळेची वेळ झाली.

(पिंकी तिच्या कानात काहीतरी सांगते. मागून हे दृश्य रवि पाहत असतो.)

पिंकी : बघ हां! आई, प्रॉमिस पक्कं ना!

(शुभदा हसून होकारार्थी मान हलवते. पिंकी उठते. म्हणते, 'मी जाते. बाय् बाय्ऽ' रवीकडे जाऊन त्याला पापी देते. जाऊ लागते.)

शुभदा : आणि मी, ग?

(पिंकी पळत येऊन शुभदाला बिलगते. शुभदा तिची पापी घेते. आपले दप्तर सावरत पळत जाते. रवि-शुभदा एकमेकांकडे पाहतात.)

शुभदा : भारी गोड आहे.

रवि : कोण?

शुभदा : पिंकी. (पिंकी परत येते.)

पिंकी	:	आई, ए आईऽऽ
शुभदा	:	आता आणखीन काय राहिलं?
पिंकी	:	अग, प्रोग्रेस-कार्डवर सही राहिलीच की.
शुभदा	:	बाबांना दे ना!

(पिंकी बॅगेतून प्रोग्रेस कार्ड काढते. रवीच्या हाती देते. रवि ते हातात घेतो. त्यावर नजर टाकतो.)

रवि	:	मॅथ्स नाईंटी औट ऑफ हंड्रेड! बाप, रे. इंग्लिश सिक्सटी.

(प्रोग्रेस कार्डवरून नजर फिरवतो. आश्चर्याने वाचत असतो)

अरे, व्वा! येवढी प्रगती! कॉपी केलीस, वाटतं?

पिंकी	:	(गाल फुगवून) अं! म्हणे, कॉपी केली. आईनं घेतला अभ्यास. तुम्ही कधी शिकवत होता का इतकं छान!
रवि	:	शिकवता येत नाही, म्हणून तर डॉक्टर झालो. तुझ्या आईएवढी कुठं आम्हांला बुद्धी आहे!

(रवि शुभदाकडे पाहतो. ती नजर चुकवते. रवि पेन काढून सही करतो.)

पिंकी	:	आता मात्र बाय् बाय्ऽ (पिंकी पळत निघून जाते)
रवि	:	शुभदा! मला वाटतं, तू या नाटकात जास्त रस घ्यायला लागलीस. शेवटी हे नाटक आहे, हे विसरू नको. (रवि उपहासाने हसतो.)
शुभदा	:	नाटक! माझं आणि पिंकीचं प्रेम, हे नाटक? आईना जपते, ते नाटक? या घरात प्रेमानं वावरते, ते पण नाटक? निदान तुम्ही तरी माझ्या भावनेची थट्टा करू नका.
रवि	:	थट्टा! तुझ्या भावनेचा मी आदर करतो, शुभदा! तुझ्यामुळंच हे नाटक सुरळीत चालू आहे.
शुभदा	:	काय बोलता! कसलं नाटक?
रवि	:	हेच की! आनंदी, सुखी संसाराचं. संसाराच्या गाड्याला दोन चाकं असतात, म्हणे! ती संसाराची गाडी ओढतात खरी! पण दोघांतलं अंतर कधीच सरत नाही. शुभदा, मी सांगतो, ते ऐक. तू स्वतःला किंवा पिंकीला या नाटकात जास्त गुंतवू नको.
शुभदा	:	का?
रवि	:	उद्या हे नाटक संपलं, तर पिंकीला तू दिलेला जिव्हाळा भारी महागात

पडेल. त्या अजाण पोरीला मी आई कुठून देणार आहे?

शुभदा : नाटक, तर नाटक! हवं, ते म्हणा. पण हे नाटक आयुष्यभर असंच चालत राहणार आहे.

रवि : शुभदा!

शुभदा : सांगितलं ना! माझं जीवन दोरा तुटलेल्या पतंगासारखं झालं आहे. तो पतंग हेलकावे खात ज्या झुडुपावर पडतो, तिथं फाटेपर्यंत अडकून राहायचं... उन्हाचा सर्व ताप सोसत.

रवि : कोण जाणे, त्या झुडुपातही सावली सापडेल त्याला. आकाशात सूर्य तळपत नसता, तर पृथ्वीवर सावली कशी पडली असती? ऊन आहे, म्हणूनच सावली सापडते.

(शुभदाकडे पाहतो. ती नजर चुकवते.)

शुभदा : अग बाई! आई एकट्याच आहेत. (जाऊ लागते)

रवि : थांब! मला बोलू दे. शुभदा, तू या घराला प्रेम दिलंस. सर्वांना आपलंसं केलंस. अभिनय उत्तम आहे. पण हे सारं करीत असता तू तुझं सारंगला दिलेलं वचन जपते आहेस, त्याची जाणीव जशी तुला, तशीच मला आहे. तू जे केलंस (गहिवरतो), मृत्युशय्येवर अखेरचे क्षण मोजणाऱ्या माझ्या आईला जपलंस. (थांबतो) कोण जाणे, आता या क्षणी ती या जगात नसेलही.

शुभदा : रवि ऽऽ

रवि : तू जे केलंस, त्याबद्दल मी तुझा ऋणी आहे. (डोळे पुसतो.) एकच सांगतो, जास्त गुंतू नकोस. दुसऱ्याला गुंतवू नकोस. भारी जड जाईलऽ जड जाईल ऽऽ

(दोघे एकमेकांकडे पाहत असता प्रवेश संपतो.)

पडदा

अंक दुसरा

प्रवेश पहिला

(पडदा वर जाण्याआधी गझल सुरू होते. स्टेजवर सारंग व एम्.
शेखर बसले आहेत. सारंगसमोर रायटिंग टेबल आहे. त्या टेबलासमोरच्या
खुर्चीवर तो बसला आहे. टेबलावर ॲश-पॉट, टेप-रेकॉर्डर आहे.
भिंतीवर एक उत्तान कॅलेंडर लटकत आहे. शेजारी टेलिफोन आहे.
समोरच्या कोचावर एम्. शेखर बसला आहे. एम्. शेखर आणि सारंग
कोणत्यातरी कथानकावर विचार करीत आहेत. सारंगच्या तोंडात
सिगारेट आहे. तो खुर्चीवरून उठून गझल ऐकत चकरा घालतो आहे.
एम्. शेखर त्याच्याकडे पाहतो आहे. टेपवर गझल ऐकू येते–)

रुखसे चिलमन हटाके
कोई नाझनीन
खुदबखुद मुस्कराये
तो मैं क्या करूँ?

सारंग : थांबा... तो टेप-रेकॉर्डर बंद करा. (टेप बंद होतो) व्वा! क्या बात है!
बहोत बढिया! व्वा!
मैं शराबी नहीं
मुझसे ले लो कसम
एक कतरा भी पीने की नियत नहीं
जामसे गर पिऊँ तो गुनहगार हूं
वो नजरसे पिलाये

तो मैं क्या करूँ!
क्यूँ, शेखरजी! जमलं ना?

शेखर : अरे. एकदम फस्टक्लास. सारंगसाब, ऐसे डायलॉग लिख दो कि, बस्स! ॲक्शनची फिकीर नको. परवाचं माझं नवीन पिक्चर पाहिलंत ना? साला, डायलॉग एकदम भंकस.

सारंग : मग घेतलीत कशाला स्टोरी?

शेखर : आदतसे मजबूर! प्रोड्यूसरचा हट्ट. सच बोलूँ? हे प्रोड्यूसर, साले, एकदम गधे असतात. पण पैसा हाय ना त्यांचेजवळ! येतात, साले, इस्टोरी घेऊनच. नाय तर तुमाला सोडून पिक्चर कशाला केला असता! सायेब, तुमी नुसते डायलॉग लिवा. पिक्चरचं सोनं करतो, सोनं!

सारंग : हे पाहा, शेखरजी! संवादाची फिकीर तुम्ही करू नका. ऑडियन्सला काय पाहिजे, ते मला कळतं, म्हणून तर माझ्या परवाच्या पिक्चरच्या संवादाच्या रेकार्ड्स कशा हातोहात खपल्या. त्यापुढं तो तुमचा सलीम जावेद किस झाड की पत्ती!

शेखर : एकदम बराबर! असेच डायलॉग पायजे. ॲक्शन पायजे. डायलॉग कसे एकदम खटाखट! (फोन वाजतो. सारंग फोन उचलतो)

सारंग : यस् सारंग भोसले स्पीकिंग! कोण भवानी सेठ! व्वा! शेठ, कितने दिनोंके बाद याद फरमाई... हां... हां, जी! बोलो... क्या बात है... अरे शेठ, आप बोले और हम सुने... अजी सच्ची बात (मध्येच शेखर काहीतरी बोलण्याचा प्रयत्न करतो. सारंग त्याला गप्प बसण्याची खूण करतो.) जी! क्या कहते हो? अभिताभने कॉंट्रॅक्ट किया? कॉंग्रेच्युलेशन! नहीं, जी. मैं इस हप्तेमें नैनिताल जा रहा हूँ! हमारे नया पिक्चरका आखरी शूटिंग है!... वापस? आठ दिन लगेंगे! आतेआतेही जरूर मिलूँगा!... नहीं तो ऐसा क्यों न हो? कल रात सन अँड सँडमें देव की पार्टी है ना? उधर मिलेंगे! जरूर! बाय...

(फोन ठेवतो. शेखरकडे बघून हसतो.)

शेखर : आप नैनिताल जा रहे हैं?

सारंग : अरे, गोली मारो! कौन जाता है नैनिताल? या भवानीलालला सिनेमातलं काय कळतंय्? पण पैसा आहे! नंबर दोनचा! साल्यानं दोन पिक्चर्स काढली; पण धडाधड पडली.

शेखर : पण स्टोरी-डायलॉग तुमचेच होते ना?

सारंग	:	सुरुवातीला होती! शेखरजी, ही हिंदी फिल्मकी गाडी उलटी चलती है! पहिल्यांदा स्टार कास्ट फिक्स. हीरो, हिरॉईन, व्हिलन हातांत आले की, मग स्टोरी बनवायची. त्यानंतर हीरो, हिरॉईन आपले डायलॉग बदलणार. शेवटी स्टोरी बाजूला वळणं घेत-घेत जाणार. ते चैन करतात. आपणही करायची, बस्स!
शेखर	:	माझं तसं नसतं, पहिल्यांदा कथा. मग सगळं.
सारंग	:	म्हणूनच तुमची सारी पिक्चर्स डब्यात पडतात! काढतात सिनेमा, काढा, म्हणावं! आमचं काय जातंय्. ते स्टोरी सांगतात. डायलॉग सांगतात. आपण चूपचाप लिहून घ्यायचे, एवढं आपलं काम. पैसे मिळतात ना? आपण खूश! हवी तशी स्टोरी दिली, ते खूश! (दोघेही हसतात)
शेखर	:	मग, सारंगबाबू, आपल्या स्टोरीबद्दल विचारा ना!
सारंग	:	(हसतो) छे, शेखरजी, या भवानीसेठला ते कथानक चालणार नाही.
शेखर	:	का? स्टोरी वाईट आहे?
सारंग	:	स्टोरी फर्स्टक्लास! पण ती सीरियस आहे. त्यांना असला थंडा मामला चालत नाही. त्यांना पाहिजे, तो अँग्री यंग मॅन... चिक्कार हाणामारी... कॅबरे... आणि खणखणीत संवाद.
शेखर	:	मग आपल्या पिक्चरचं...
सारंग	:	दमानं घ्या! क्या खाना, तो दम खाना! फायनान्सर आपल्या दाराशी चालत येईल.
शेखर	:	केव्हा? दोन वर्ष बेकार आहे मी. साला, एक पिक्चर नाही.

(तेवढ्यात बेल वाजते.)

सारंग	:	(फोन घेतो) हॅलो! हो मीच बोलतो. कोण, सुरेखा... होऽ होऽ... अग, एका दिवसात का हिरॉईन बनता येतं?... तसं नाही... जरा ऐक तरी. मी प्रॉड्यूसर-डायरेक्टरना बोललो आहे... त्यांना तू पसंत आहेस... अगदी खरं... नाही, ग... आता मला वेळ नाही... तू असं का करत नाहीस? तू आज नऊ वाजता ये. मग येथून कुठंतरी जेवायला जाऊ... हे बघ, उगाच लाड करू नको. कुठल्यातरी मैत्रिणीकडं जाते, म्हणून सांग. रात्री मी तुला सर्व सांगेन... येस्... ठीक नऊ वाजता मी वाट पाहतो... बाय् बाय्, डार्लिंग...
शेखर	:	(हसतो) सारंगबाबू, ही सुरेखा कोण? नवीन आहे, वाटतं?
सारंग	:	अशा पुष्कळ पोरी मागं लागतात. हिरॉईन व्हायचं असतं ना!

शेखर :	आणि मागं गंगादेवी होती ना! तिचं काय झालं?
सारंग :	ती बसली शंकराच्या जटेत जाऊन.
शेखर :	म्हणजे!
सारंग :	अहो, तिला प्रोड्यूसरनंच गटवली. एक आयती ब्याद गेली. वेड्या स्वप्नांमागं धावत येतात. हवं ते मोल द्यायला तयार होतात. फार तर एखादी एक्स्ट्रा बनते. बाकीच्या अशाच फिरतात... फोरास रोडवर जाऊन बसत नाहीत, येवढंच! तुम्हांला पाहिजे का ही सुरेखा?
शेखर :	काय?
सारंग :	सुरेखा खरंच सुरेख आहे. हवी, तर ओळख करून देतो. पुढं पाखरू कसं गटवायचं, ते तुम्हीच पाहा. मग काय विचार आहे?
शेखर :	ना, बाबा, ना! ती पाखरं आणि तुम्ही हवं ते करा.
सारंग :	(हसतो, त्याच वेळी दारावरची बेल वाजते.) आता आणखीन कोण! (नकळत) येस, कम इन! (शेखरला हाताने खूण करतो. शेखर बाहेर जातो. शेखरच्या पाठोपाठ रवि चित्रे येतो. रवीने सूट घातलेला आहे. तो दोघांकडे पाहतो.)
रवि :	एक्स्क्यूज मी! सारंग भोसले...
सारंग :	मीच तो... (शेखरकडे बोट दाखवतात) हे सुप्रसिद्ध दिग्दर्शक एम्. शेखर. आपण?
रवि :	मी रवि चित्रे. मुंबईहून आलो. खास आपल्याला भेटायला.
शेखर :	नशीबवान आहात. नाहीतर हे महाराज असे सापडले नसते. आज महाबळेश्वर, तर उद्या नैनिताल. अपॉईंटमेंट घेतली असती, तर...
रवि :	माझ्याजवळ फोन-नंबर नव्हता. पुण्याची डिरेक्टरीही मिळाली नाही.
सारंग :	कोई बात नहीं.
रवि :	पत्ता सापडायला जरा वेळ लागला. नाहीतर लौकर आलो असतो.
सारंग :	पत्ता आणि माझा! सापडायला वेळ लागला! मिस्टर चित्रे, माझा एवढा अपमान आजवर कुणीच केला नव्हता. रस्त्यावरच्या कुणाही एखाद्या तरुणीला विचारलं असतं, तर तिनं सरळ इथं आणून सोडलं असतं.

(सारंग-शेखर हसतात, पण रवि त्या विनोदावर हसत नाही.)

रवि :	माझंच चुकलं. मी एक सरदारजी टॅक्सीवाला पकडला.
सारंग :	सरदारजी! मग हे असंच होणार. ठीक आहे काय घेता? चहा, कॉफी... एनी ड्रिंक! आय् मीन सॉफ्ट!
रवि :	थँक यू. मला काही नको. आपण सरळ कामाचं बोलू.

सारंग	:	मला आवडलं. बोला!
रवि	:	मला एक पिक्चर काढायचं आहे. (सारंग, शेखर एकमेकांकडे पाहतात)
सारंग	:	काढायचं आहे, म्हणजे?
रवि	:	प्रोड्यूस करायचं आहे.
सारंग	:	प्रोड्यूस म्हणजे फायनान्स?
रवि	:	हो फायनान्सही.
सारंग	:	मराठी, का हिंदी?
रवि	:	आपण म्हणाल, ते!
सारंग	:	मराठीला मार्केट आहे कुठं? शिवाय मराठीचा बाजार म्हणजे बेकार. पाच-दहा हजार देणार, तेही हप्त्यानं. पण तुम्हांला माझं नाव कुणी सुचवलं?
रवि	:	सुचवायला कशाला हवं? चित्रपट-सृष्टीत आपलं नाव फेमस आहे. त्यात मी आपलं 'कानून का इलाज' आणि 'मर्दोंका मर्दाना' हे चित्रपट पाहिलेत.
सारंग	:	अहो, पण ते दोन्ही चित्रपट फ्लॉप गेले, ते माहीत नाही, वाटतं?
शेखर	:	साहेब म्हणतात, ती एकदम सच्ची बात! स्टोरी फस्टक्लास. पण डायरेक्शन एकदम बेकार. त्याला रायटर काय करील? खरं ना?
रवि	:	हो! मला तुमची कथा – संवाद आवडले.
सारंग	:	स्पष्ट बोलतो. पण आज काल हिंदीला काय खर्च येतो, कल्पना आहे?
रवि	:	(बेफिकिरीने) येत असेल पन्नास-साठ लाख (दोघांची टाळी वासतात.) काही कमी-जास्त लागले, तर त्यालाही माझी तयारी आहे.
		(रवि उभा आहे, हे प्रथमच सारंगच्या ध्यानी येतं. तो म्हणतो)
सारंग	:	बसा, बसा!
रवि	:	थँक यू! (रवि बसतो.)
सारंग	:	काय करता आपण?
रवि	:	मुंबईला माझी एक इन् अँड आऊट फर्म आहे.
सारंग	:	इन् अँड आऊट?
रवि	:	एक्सपोर्ट आणि इंपोर्ट!
सारंग	:	आणखी?
रवि	:	खूप गोष्टी करतो. ज्या तुम्ही विचारू नये आणि मी सांगू नये.
सारंग	:	समजलं.
रवि	:	काही समजलं नाही. पण एक लक्षात ठेवा. चित्रपट निर्माण करताना

पैशाची कोणतीही कमतरता पडणार नाही, याची खात्री बाळगा. ईट् ईज इन् द बँक.

सारंग : नाव काय म्हणालात? रवि चित्रे! हां ठीक आहे. हे पाहा, मी स्पष्टपणे बोलणारा माणूस आहे. प्रथम व्यवहाराच्या गोष्टी पक्क्या झाल्या, की मग इतर बाबी बोलू.

रवि : एकदम करेक्ट! मी तेच म्हणणार होतो. आपण बोलू शकता.

सारंग : मी हिंदीच्या एका स्क्रिप्टला काय घेतो, माहीत आहे?

रवि : सांगा ना!

सारंग : (सिगारेट पेटवत) मी पंचवीसच्या खाली कधीही घेत नसतो.

रवि : फक्त पंचवीस?

सारंग : पंचवीस रुपये नव्हे. पंचवीस हजार!

रवि : कबूल! मी तुम्हांला तीस देईन.

(सारंग सिगारेट पेटवतो. रवीला ऑफर करतो. तो नको म्हणतो)

सारंग : तेवढं सोपं नाही ते. करार होईल, तो दहाचा. बाकीचे वरचे, समजलं?

रवि : समजलं. (हसतो) आम्हीही तेच करतो.

शेखर : सारंगबाबू, आमचंही सांगून टाका.

रवि : एकदा कथा पक्की होऊ दे. बाकीच्या गोष्टी नंतर बोलू.

सारंग : कथा कथा काय! पाहिजे तेवढ्या आहेत. आता या क्षणी दोन स्क्रिप्ट्स तयार आहेत.

रवि : (थंडपणे) त्या मला चालणार नाहीत. कथा माझी असेल.

(शेखर, सारंग एकमेकांकडे पाहतात.)

सारंग : ठीक आहे. सांगा तुमची स्टोरी.

रवि : एक असंच पुण्यासारखं शहर आहे. एक डॉक्टर, त्याची म्हातारी आई, त्याची लहान मुलगी आणि त्याचा मामा एवढं छोटं कुटुंब आहे. त्याची प्रथम पत्नी पहिल्या बाळंतपणात वारली आहे. सात-आठ वर्षांचा काळ गेलेला आहे. डॉक्टरनं दुसरं लग्न करावं, असं त्याच्या आईला वाटतं.

शेखर : बरोबर! कुणालाही वाटणारच! आई म्हंजे काय! आईच!

रवि : पण डॉक्टर दुसरं लग्न करायला तयार नसतो.

शेखर : का? मॅरेज करायला काय हरकत आहे?

सारंग : शेखरबाबू, त्यांना कथा सांगू दे.

रवि : पहिल्या पत्नीची आठवण असेल किंवा मुलीला सावत्र आई आणू नये, असंही कारण असेल आणि एके दिवशी डॉक्टरांच्या आईला हार्ट-अ‍ॅटॅक येतो. आई अंथरुणाला खिळते. आणि आता डॉक्टरला निर्वाणीचा इशारा देते. मी मरण्याआधी मला सूनमुख पाहायचं आहे, असं सांगते. डॉक्टर विचारात पडतो.

शेखर : साला, एकदम टेन्स सिच्यूएशन! (रवि तिकडे लक्ष देत नाही.)

सारंग : मग?

रवि : डॉक्टर नाइलाजानं होकार देतो. मामा त्याच्यासाठी एक स्थळ आणतो. मुलगी दिसायला सुंदर आहे. त्याच्यापेक्षा वयानं लहान आहे. शिकलेली आहे. त्यांचं लग्न वैदिक पद्धतीनं होतं.

शेखर : मॅरेजसीन एकदम फस्टक्लास! ती रडते आहे. तिचे आईबाप रडताहेत. बॅकग्राऊंडला बँडवर एक इंग्लिश गाणं टाकता येईल. एकदम काँट्रास्ट!

सारंग : शेखरबाबू! जरा थांबाल का?

रवि : तर लग्न होतं. ती सासरी येते. लग्नाची पहिली रात्र आहे. पण त्यात अडचण आहे.

सारंग : डोंट वरी! बेड सीन ही माझी स्पेशॅलिटी आहे. काय, शेखरबाबू. याद है ना! रेखा और जितेंद्र के लिए कैसा सीन दिया था? वो अंदर बैठी है। इंतजार करती है। हीरो स्टेअरकेससे धीमे धीमे आ रहा है।

रवि : कोणता चित्रपट?

सारंग : 'नैन का सवाल!' अभी रिलीज होनेवाला है।

रवि : माफ करा, माझ्या कथेतला हा सीन ड्रॉईंगरूममध्ये घडतो.

शेखर : बेडसीन?

रवि : बेडसीन नव्हे. डॉक्टर तिला जवळ घ्यायला जातो आणि ती किंचाळते. भीतीनं मागं सरते.

शेखर : लेकिन क्यूँ?

रवि : ती डॉक्टरला सांगते, मला स्पर्श करू नका. डोंट टच मी!

सारंग, शेखर : माय गॉड! पण का?

रवि : का! तिचं लग्नाआधी एकावर प्रेम होतं. घरच्या विरोधामुळं ते लग्न होत नाही. तिच्या घरची मंडळी त्या हीरोला मारझोड करून घराबाहेर हाकलून देतात. दुसरं लग्न तिच्यावर बळजबरीनं लादलं गेलं आहे, असं ती सांगते.

सारंग : व्हॉट ए सिच्यूएशन! बहोत बढिया. किसीने कहा है–

एक पलके झुकनेसे दूर हो गयी मंझील
सिर्फ हम नहीं चलते रास्ते भी चलते हैं।

शेखर : वा, जी, व्वा! क्या बात कही आपने!

रवि : डॉक्टर तिला वचन देतो की, तो तिला स्पर्श करणार नाही.

शेखर : हं बरं! अरे, उसकी बीवी और टच नहीं कर सका? अरे, भाई, रेप डालो, रेप! रेप सीनमें तो हमारी मास्टरी है!

सारंग : शेखर बाबू! कृपा करके... पुढं काय होतं?

रवि : डॉक्टर तिला स्पर्श करणार नाही, असं वचन देतो. पण त्याचबरोबर एक अट घालतो.

सारंग : कसली?

रवि : जोवर आई जिवंत आहे, तोवर त्यांनी नवरा-बायकोचं नाटक पार पाडलं पाहिजे. ती कबूल करते. दोघंही एका बेडरूममध्ये झोपतात. पण वेगळे वेगळे.

सारंग : मग पुढं?

रवि : पुढं काय? आई मरते. माझी गाडी अडली आहे, तिथंच. पुढचं कथानक मला सुचत नाही. तुमच्यासारख्या प्रतिभावान लेखकाला काही सुचेल, या कल्पनेनं मी तुमच्याकडे आलो आहे.

(सारंग सिगारेट पेटवून येरझाऱ्या घालतो.)

सारंग : जर्म फार चांगला आहे. डेलिकेट आहे. तुम्हांला हे कथानक कसं सुचलं? माझ्याही जीवनात... जाऊ दे. ज्या अर्थी तुम्हांला हे कथानक सुचलं, त्याअर्थी... त्याअर्थी शेवटही सुचेल. तुम्ही विचार करा. मी पण करीन.

रवि : ठीक आहे. पण कदाचित तुमचा विचारच महत्त्वाचा ठरेल.

सारंग : किती दिवसांची मुदत आहे?

रवि : ते मी आज कसं सांगू? शेवट निश्चित झाला, की लिहायला घ्या. तुमचं कार्ड मला द्या. काही लागलं, तर फोन करीन.

सारंग : जरूर! हे घ्या. (टेबलावरचं कार्ड रवीला देतो) आणि तुमचा पत्ता? (रवि खिसे चाचपतो.)

रवि : सॉरी! मी माझं कार्ड विसरलो. कृपा करून पत्ता लिहून घ्या.

(सारंग खुर्चीवर बसतो. पॅड ओढतो. पेन काढतो)

सारंग : सांगा.

रवि : रवि चित्रे. आनंद निवास, ग्राउंड फ्लोअर, ब्लॉक नंबर फोर. सी बीच रोड, दादर. फोन नंबर फोर एट सिक्स सिक्स एट झीरो. पत्ता सोपा आहे.

सारंग : रविबाबू! खरं सांगू? तुमचं कथानक मला फार आवडलं. आपलं कथानक जेव्हा पुरं होईल, तेव्हा मी जरूर पटकथा लिहीन.

रवि : थँक यू! आपल्याला काही अॅडव्हान्स?

सारंग : तो भाग कथा पुरी झाल्यावर.

रवि : ठीक आहे. मला जायला हवं. तसं वाटलं, तर मी आपल्याला बोलावून घेईन. अर्थात येण्या-जाण्याचा, राहण्याचा खर्च माझा. (दोघेही हसतात.) इट वॉज नाईस मीटिंग यू! ओ. के. फिर मिलेंगे. गुड बाय्!

(दोघांशी हस्तांदोलन करतो. पटकन निघून जातो.)

शेखर : क्या नसीब है? अरे, माणूस मागतो एक डोळा, तर देव देतो दोन. बघा, दाराशी आपणहून बकरा चालत आला, का नाही?

सारंग : बकरा चालत आला खरा! पण मला माणूस आवडला. स्टोरी एकदम फर्स्टक्लास! चॅलेंजिंग! स्टोरी अशी डेव्हलप करू, की ज्याचं नाव ते!

शेखर : पण साल्याजवळ एवढे पैसे असतील?

सारंग : नक्कीच! आणि नाही मिळाले, म्हणून काय झालं! बसल्या-बसल्या स्टोरी तर मिळाली. (सारंग टेबलावरचे कागद पुढे ओढतो. पेन काढतो.) शेखरबाबू, खाली तुमची गाडी आहे ना?

शेखर : हो. आहे ना!

सारंग : मग खाली जा. कोपऱ्यावर 'ड्रिंक अँड स्लीप' नावाचं फॉरेन लिकरचं शॉप आहे. माझं नाव सांगा. त्याला माझा ब्रँड माहीत आहे. एक व्हिस्कीची बाटली घेऊन या. मला ताबडतोब या कथानकाच्या नोट्स काढल्या पाहिजेत, बिफोर आय् फरगेट्.

शेखर : विचार कसला! साधी सरळ गोष्ट आहे. दोघांचं प्रेम, लग्न होत नाही. तिचं दुसरं लग्न होतं. ती नवऱ्याला सांगते, डोंट टच मी. बस्स!

सारंग : कथेचा अवघड भाग तोच आहे. तुम्ही जा.

(शेखर जातो. सारंग कागद पुढे ओढतो. काहीतरी लिहू लागतो. सारे दिवे मंदावतात. शेवटी सारंगवर स्पॉट-लाईट राहतो. काळोख होतो. प्रवेश संपतो.)

प्रवेश समाप्त

प्रवेश दुसरा

(पडदा उघडतो, तेव्हा सुशीलेच्या तैलचित्राखाली एक लहान स्टुलावर
आईचे तैलचित्र ठेवले आहे. त्या फोटोकडे बघत शुभदा उभी आहे.
मागे केशव उभा आहे.)

केशव :	वैनीसाब!
शुभदा :	काय, रे!
केशव :	आज आईसाब जाऊन महिना झाला, न्हवं?
शुभदा :	हो.
केशव :	बघता-बघता महिना सरला.
शुभदा :	केशव. अरे, काळ आणि वेळ कुणासाठीही थांबत नाही. म्हणूनच एका श्रेष्ठ कवीनं म्हटलं आहे, 'पराधीन आहे जगती पुत्र मानवाचा.' माणूस मेलं, की सारं संपलं. काही करायला उपचार नाही. विचारांना अर्थ नाही. आई गेल्यापासून एक क्षण असा जात नाही, की त्यांची आठवण होत नाही.
केशव :	माझंबी तसंच झालंय्. जीव रमंना. आईसायेबांच्या खोलीकडं बघायलाबी धीर होत नाही. नोकर असू द्या, न्हाईतर पोटचं पोर असू द्या. साऱ्यांस्नी मुलावाणी जपायच्या. इतकी वर्सं या घरात काढली, पण कधी रागावल्या न्हाईत, का कधी वाईट-वंगाळ तोंडातनं आलं न्हाई.
शुभदा :	खरं आहे. तू तर काय या घरचा जुना माणूस. मी नुकती आलेली. परघरची. पण या घरात पाऊल टाकलं आणि त्यांनी मला आपलंसं केलं, आईचं प्रेम दिलं, कधी सून म्हणून बघितलं नाही. सारखी आठवण येते, रे. (डोळे टिपते)
केशव :	पुसा ते डोळे! तुमी असं रडला, तर त्या गेलेल्या जीवाला आवडंल व्हय?
शुभदा :	अंथरुणावर पडून राहिल्या असत्या, तरी मला चालल्या असत्या.
केशव :	ते का मला कळत न्हाई? पलंगावर पडून व्हत्या, तरी पन घर भरल्यावानी असायचं, एक मानूस गेलं आनि घर खायला उठलं.
शुभदा :	माणूस असेपर्यंत कळत नाही. पण ते गेलं, की त्या जीवानं केवढी जागा व्यापली होती, ते जाणवतं.
केशव :	गेलं, ते गेलं. आता डोळ्यांत किती जरी पाणी आणलंसा, तरी गेलेलं

माणूस परत येनार हाय का?

शुभदा : एकच वाईट वाटतं, रे. चांगल्या जेवल्या, झोपल्या आणि झोपेतच निघून गेल्या. काही न सांगता, काही न बोलता.

केशव : त्याला बी नशीब लागतंय्. दुखणं नाही, खुपणं नाही. कसला तरास त्यांस्नी झाला न्हाई.

शुभदा : जाणारा आपला वाटेनं जातो. सोसावं लागतं, ते मागच्यांना.

केशव : आमास्नी काय कळतंय्? पण तुमी आलासा आनि आईसायेबांस्नी स्वर्ग दोन बोटं उरला. तुमी काय थोडं केलंसा? कुठली सून अशी सेवा करंल?

शुभदा : मी त्यांची सून केव्हाच नव्हते. ती माझी आई होती. तसं नसतं, तर मी ह्या घरात कधीच राहिले नसते.

केशव : असं का म्हनता? सायेब हाईत, पिंकीताई हाईत आता त्यांच्याकडं कोन बघनार? तुमीच न्हवं?

शुभदा : जाऊ दे. हार आणलास ना?

केशव : आनलाय् तर?

(फोटोमागचा पानात गुंडाळलेला त्रिकोण काढतो. तो पुडा शुभदाच्या हाती देतो. शुभदा तो पुडा उलगडते. हार फोटोला घालते. पाया पडते.)

शुभदा : जरा देवापुढचं हळद-कुंकू घेऊन येतोस?

केशव : आनतो.

शुभदा : अरे, केशव कुंकू घातलं, तर चालेल ना?

केशव : न चालाय् काय झालं? त्या देवाघरीच गेल्यात, न्हवं?

शुभदा : घेऊन ये. आणि हे बघ, मामांना यायला उशीर लागेल, असं दिसतं, तेव्हा तू स्वैपाकाला लाग. जे असेल, ते कर.

केशव : शेवया हाईत. खीर करू?

शुभदा : शेवया! नको. मुळीच करू नको. पिंकी शाळेतून येईल, तेव्हा तिला भूक लागलेली असेल. पोळ्यांची तयारी करून ठेव.

केशव : सांजचं येनार न्हवं? (शुभदा होकारार्थी मान हलवते.) मग मस्त येळ हाय.

शुभदा : हळद-कुंकवाची कोयरी घेऊन ये. आणि स्वैपाकाला लाग.

(केशव आत जातो. शुभदा फोटोकडे पाहत असता बेल वाजते.

(शुभदा दार उघडते. रवि आत येतो. भरभर पायऱ्या उतरतो. शुभदा वरच्या टप्प्यावर उभी असते.)

रवि : मामा कुठं आहेत?

शुभदा : अजून आले नाहीत.

रवि : (हातातल्या घड्याळाकडे पाहत) एवढा वेळ! (आणि त्याच वेळी त्याचं लक्ष आईच्या फोटोकडे जातं.) काय चाललंय् हे?

शुभदा : आज आईना जाऊन महिना झाला.

रवि : हं! आणि म्हणून हा हार घातला?

शुभदा : काही चुकलं का?

रवि : छे! चुकेल कसं? पण, शुभदा, दांभिकपणालाही सीमा असावी.

शुभदा : कसला दांभिकपणा?

रवि : (आईच्या तैलचित्राकडे बोट दाखवीत) तो फोटो, तो हार, हे मासिक स्मरण! शुभदा! आई माझी, का तुझी?

शुभदा : (संतापते) तुमची होती, की नाही, हे मला माहीत नाही. पण माझी निश्चितपणे होती. आईच्या मायेनं त्यांनी मला जपलं होतं.

रवि : अशी जोडून नाती जोडली जात असती, तर हे जग आहे त्यापेक्षा अधिक सुंदर दिसलं असतं. या घरात असली ढोंगं चालणार नाहीत.

(त्याच वेळी केशव कोयरी घेऊन दारातून येतो. तेथेच थबकतो.)

शुभदा : बरोबर आहे. कशी चालतील? जिनं लहानाचं मोठं केलं, त्या आईची आठवण महिन्यात नकोशी झाली. हे फक्त तुमच्यासारख्या पुरुषांनाच जमतं. (केशवकडे कुणाचं लक्ष नसतं. तो तसाच परत जातो.)

रवि : (खिन्नपणे हसतो.) शुभदा, पुरुषाचं मन तुला कधीच समजणार नाही. उन्हाच्या तापात, पावसाच्या शिडकाव्यात आणि थंडीवाऱ्याच्या झोतात पाषाण अभेद्यपणे उभा असतो. अनेक शतकं तो धीरगंभीरपणे तसाच उभा ठाकतो. पण त्यालाही काही मर्यादा असते. आणि एके दिवशी काही कारण नसता तो उभ्या जागी दुभंगतो. त्याचं हृदय विदीर्ण होतं. आणि त्यातूनच भूगर्भात कोंडलेली जलधारा उभरते. वाहू लागते. वाटेतल्या अनेक ओहळांची, नाल्यांची संगत घेत-घेत तिचं नदीत रूपांतर होतं. पाषाण तसाच दुभंगलेला असतो. पण पुढं धावणाऱ्या नदीचं लक्ष त्याच्याकडं नसतं. तिची धाव सागराच्या भेटीसाठीच चालत असते.

शुभदा : (छद्मीपणे) आणि ती जेव्हा सागराला मिळते, तेव्हा...
रवि : (हसतो) तेव्हा नदीचं रूपच हरवलेलं असतं. फक्त खारं पाणी!
शुभदा : विसरलात, वाटतं? तुमची आई हीही एक स्त्रीच होती.
रवि : विसरलो नाही. ती सागराला मिळाली. आता गोडं पाणी शोधण्यात
अर्थ नाही. आणि म्हणूनच म्हणतो, त्या फोटोची या घरात गरज नाही.
शुभदा : डॉक्टर!
रवि : आईची आठवण फक्त त्या चित्रामुळंच टिकणार असेल, तर त्याला
काय अर्थ आहे? तिची आठवण या मनात कोरली गेली आहे. त्याची
सोबत आयुष्याच्या अखेरपर्यंत राहणार आहे. ती टाळता येणार नाही.
शुभदा : पण त्या चित्रानं काय केलं?
रवि : काय केलं? पुष्कळ करील. दररोज ते चित्र पाहताना जखमेवर मीठ
चोळलं जाईल. पिंकीच्या मनात ती आठवण अकारण कोरली जाईल.
असल्या गोष्टीवर माझा मुळीच विश्वास नाही. श्राद्धकर्मावर माझा
विश्वास नाही. अशा गोष्टींनी माणसाची मनं कमकुवत होत जातात.
दुबळी बनतात. ते या घरात मला होऊ द्यायचं नाही. उचल तो फोटो
आणि व्हील-चेअर नेऊन टाक अडगळीच्या खोलीत.
शुभदा : डॉक्टर! काय सांगता हे?
रवि : उचल म्हणतो ना, तो फोटो!
शुभदा : ते बळ माझं नाही... माझं नाही... हिंमत असेल, तर तुम्हीच उचला...
रवि : असली आव्हानं मला चालत नाहीत. शुभदा, ठीक आहे. तुला जमत
नसेल, तर मी करतो.

(शुभदा भीतीनं मागे सरते. रवि फोटोवरचा हार खाली टाकतो, फोटो
उचलतो आणि जिन्याकडे जाऊ लागतो. शुभदाकडे पाहून हसत
असतो. तो जिन्याच्या पायरीवर पाय ठेवतो, तोच शुभदा डोळे पुसते.
उफाळते.)

शुभदा : थांबा! वर जाऊ नका! थोडं बाकी राहिलंय्, तेही करून चला.
रवि : काय राहिलंय्?
शुभदा : (सुशीलेच्या फोटोकडे बोट दाखवत) आणखीन एक फोटो राहिलाय्,
तोही घेऊन चला.
रवि : शुभदा!
शुभदा : मग आजवर तो फोटो कशाला ठेवलात? हेच तत्त्वज्ञान होतं, तर त्या
गेल्यानंतर तो कुणासाठी ठेवलात? कशासाठी?

रवि	:	(उत्तर सुचत नाही) पिंकीसाठी! पिंकीची आई म्हणून...
शुभदा	:	(खिन्न हसते) खोटं! साफ खोटं! ज्या क्षणी पिंकी जन्मली, त्याच क्षणी तिची आई गेली. तिनं आईला पाहिलंही नाही. कुठल्याही बाईचा फोटो तिथं लावला असतात आणि पिंकीला ती तिची आई म्हणून सांगितलं असतंत, तरी त्या पोरीनं त्यावर विश्वास ठेवला असता. डॉक्टर, तुम्ही मानसोपचार-तज्ञ आहात ना?
रवि	:	मग का फोटो ठेवला?
शुभदा	:	ऐकायची तयारी आहे?
रवि	:	जरूर सांग. मलाही ते ऐकायचं आहे.
शुभदा	:	तो फोटो पिंकीसाठी नाही. ना तुमच्या हाती असलेल्या आईसाठी. तो ठेवलात तुमच्यासाठी! फक्त तुमच्यासाठी!
रवि	:	माझ्यासाठी! हं! सुशीला गेली. तेव्हाच ती हरवली.
शुभदा	:	कशाला खोटं बोलता? ती शरीरानं गेली असेल, पण तुमच्या मनातली ती कधीच हरवली नाही. अवर स्वीटेस्ट साँग्ज आर दोज, दॅट टेल द सॅडेस्ट थॉट, माणूस नुसता स्वप्नावर जगत नाही. त्याला आठवणीचीही जोड असते. सहजपणानं हार फेकलात. फोटो उचललात. हे धारिष्ट्य कुठून आलं! माहीत आहे?

(रवि विस्फारित नेत्रांनी शुभदाकडे पाहत असतो.)

शुभदा	:	मी सांगते. कारण तो फोटो मी लावला. मी हार घातला. इथं तुमचा अहंकार दुखावला गेला. ईगो फक्त तुमचाच हर्ट होतो आहे. कारण हा फोटो मी लावते आहे.
रवि	:	कसले आरोप करतेस?
शुभदा	:	आरोप मुळीच नाही. तुमच्या भाषेत याला डिसेक्शन म्हणतात. वैचारिक नियम हे सर्वांनाच सारखे लागू असतात. तो फोटो घेऊन जात आहात ना! तर मग हाही फोटो घेऊन चला. मी आडवी येणार नाही. त्यात मला वाईटही वाटणार नाही. उलट, मी तुमचं कौतुकच करीन.

(रवि क्षणभर हातातल्या फोटोकडे पाहतो. दीर्घ नि:श्वास सोडतो. सावकाश पायऱ्या उतरून खाली येतो.)

| रवि | : | शुभदा! मला खरंच काही सुचत नाही. तू म्हणतेस, त्यातही तथ्य असेल. कदाचित माझंही चुकत असेल. कुणी सांगावं! तुझ्या भावनेला धक्का लावायचा मला काहीच अधिकार नव्हता. नाही. ते मी धाडसही |

करणार नाही. झालं गेलं, विसरून जा.

(रवि स्टुलाजवळ जातो. आईचा फोटो होता तेथे ठेवतो. तो वळणार, तोच त्याचं लक्ष पायांशी पडलेल्या हाराकडे जातं. तो हार उचलतो आणि फोटोसमोर ठेवतो. वळतो.)

शुभदा, या आईच्या फोटोखाली आणखीन एक फोटोची जागा रिकामी आहे.

शुभदा : कुणाची?

रवि : कुणास माहीत... कदाचित माझीही असेल.

(शुभदा रवीकडे पाहते. काही न बोलता व्हील-चेअरजवळ जाते.)

काय करतेस?

शुभदा : आत नेऊन ठेवते.

रवी : नंतर नेऊन ठेव. त्याची गडबड नाही. शुभदा, तसं पाहिलं, तर माणसं वरून धडधाकट दिसतात; पण सारेच मनानं कुठतरी पांगळे झालेले असतात. ते पांगळेपण कधी दिसून येत नाही. उमजत नाही.

(शुभदा व्हील-चेअरचा आधार घेऊन रडू लागते. रवि जवळ जातो. नकळत तिच्या खांद्याला स्पर्श करतो. ती दूर होते.)

रवि : निखळ स्पर्शालासुद्धा अर्थ नाही?

शुभदा : स्पर्श केव्हाही निखळ नसतो.

रवि : ही जाणीव केव्हा झाली? फक्त माझ्याच बाबतीत? सारंग आठवतो?

शुभदा : का छळता मला? जरूर सारंग आठवतो. त्यामुळं तर मी स्पर्शाला घाबरते. तो जीवनात आला आणि स्पर्शाची भीती निर्माण झाली.

रवि : त्या सारंगमुळं, की माझ्यामुळं?

शुभदा : ज्या माणसाला पाहिलं नाही, त्याच्याबद्दल एवढा द्वेष बाळगता?

रवि : नाही, शुभदा! उम्रे दराज मांगी थी, चार दिन के लिये। दो आरजूमें कट गये, दो इंतजारमें! परमेश्वराकडून येताना भलं लांबलचक चार दिवसांचं आयुष्य मागून आलो. त्यांतले दोन दिवस आर्जव करण्यात गेले, उरलेले दोन दिवस वाट पाहण्यात गेले. संपलं! या जीवनात द्वेष करायला अवसर आहे कुठं! लाईफ इज् टू शॉर्ट टु बी लिटल!

शुभदा : हे तत्त्वज्ञान मला समजत नाही.

रवि : आणि तरीही स्पर्शाला घाबरतेस?

शुभदा	:	स्पर्श... स्पर्श... हो, घाबरते! माणसानं त्याची भीती सदैव बाळगावी.
रवि	:	का?
शुभदा	:	कारण स्पर्श केव्हाही अहेतुक नसतो. स्पर्शातून भाव उमटतो. भावातून भावना जागृत होतात आणि भावनेतून वासना जन्मते.
रवि	:	खरं आहे. तेही खरं असेल. उद्या कदाचित सारंग परत भेटला, तर–
शुभदा	:	त्याचा माझा आता काय संबंध?
रवि	:	एकदा जोडलेले संबंध कधी तुटत नसतात, असं म्हणतात.
शुभदा	:	तुम्ही हेच बोलणार आहात का? मी जाते.

(दारावरची बेल वाजते. रवि बाहेर जाऊन दार उघडतो. दारातून रवीपाठोपाठ मामा येतात. त्यांच्या हातात भाजीची पिशवी आहे. आतून केशव येतो.)

मामा	:	अरे केशव, ही घे भाजीची पिशवी.
केशव	:	लवकर आणलीसा?
मामा	:	ते सारं सांगतो. अरे केशव, आज सोन्याचा भाव काय आहे, रे?
केशव	:	सोन्याचा भाव! त्यो मला कसा माहीत असणार?
मामा	:	आज मला कळला! थांब. (पिशवीतून कोथिंबिरीची जुडी काढतो. ती केशवसमोर हलवत म्हणतो) पाहिलंस? कुठल्याही वेदोक्त ब्राह्मणाची शेंडीसुद्धा याहून मोठी असेल. आणि, म्हणे, येवढ्याला आठ आणे. टोमॅटो सहा रुपये किलो. भेंडी, गवार कुठलीही भाजी तीन रुपयांखाली नाही. माणसं कशी जगतात, कुणास ठाऊक! घे ही पिशवी. पूर्वी पाच रुपये घेऊन गेलं, तर पोतं भरून भाजी घरी यायची. आता खिसाही भरत नाही.

(केशव पिशवी घेऊन आत जातो. मामा टोपीनं वारा घेत असतो.)

मामा	:	रवि, अरे, या मुंबईत कधी थंडी असते का, रे? काय उकाडा! काय गर्दी! रस्त्यानं जावं, म्हटलं, तर शिवी खाल्ल्याशिवाय घर दिसत नाही.
शुभदा	:	शिवी आणि तुम्हांला?
मामा	:	मलाच काय! सगळ्यांनाच खावी लागते. ते टॅक्सीवाले, मोटरवाले काय सरळ बोलतात? अबे हट्! भानचोद, कहाँ देखता है? ये बुड्ढे, मरनेको आया है क्या! (शुभदा हसते)
मामा	:	हसतेस काय? आमच्या कुडाळला येऊन असली एक शिवी देऊन

बघा, म्हणावं. अब्रुनुकसानीसाठी प्रिव्हीकौन्सिल पर्यंत जातील, समजलं?

शुभदा : पण, मामा! येवढा वेळ का? भाजी मार्केट तर जवळच आहे.

मामा : अग, ते खरं! भाजी घ्यायला गेलो. भाजी घेतली. तोच बस दिसली. वाटलं, पुष्कळ वेळ आहे. आल्यासारखं काम उरकावं.

रवि : कसलं काम?

मामा : सांगतो ना! जरा दमानं तर घेशील?

(केशव आतून पाणी घेऊन येतो. मामा पाणी नको म्हणतात.)

तर काय सांगत होतो? सरळ बस पकडली आणि बाँबे सेंट्रलला गेलो.

रवि : बाँबे सेंट्रल?

मामा : अरे, रेल्वे-स्टेशन नव्हे. बस-स्टेशन.

(शुभदा-रवि एकमेकांकडे पाहतात.)

अरे, बघताय् काय? परवा दिवशीचं कुडाळचं तिकीट काढून आलो.

(चकित झालेला केशव घटाघटा पाणी पितो.)

शुभदा : कुडाळ!

मामा : (नजर चुकवत) आमच्या कुंडलीचा गुणच बेकार. तिथं गेलो, तर हाऽ क्यू! आता म्हटलं, परत कशाला जा आणि परत या! ढकलत-ढकलत गेलो खिडकीपाशी. त्या तिकीट देणाऱ्याला म्हणालो, जरा जमलं, तर खिडकीजवळची जागा द्या. तर म्हणतो कसा. नंबरवार तिकीट मिळेल. मी काय कच्च्या गुरूचा चेला आहे? मी म्हटलं दे बाबा.

रवि : पण कुडाळला...

मामा : ऐक तरी. नाही खिडकीची जागा मिळाली, तर मी मिळवतो. कशी, म्हणून नाही विचारलं.

केशव : (नकळत) कशी!

मामा : असं विचार ना! त्याला माझी एक ट्रिक आहे. गाडी सुरू झाली, म्हणजे जरा बेतानं खिडकीजवळच्या माणसाला म्हणायचं, (हात जोडून) माफ करा हं! प्रवासात जरा आपल्याला त्रास होईल. मग तो विचारतोच, त्रास कसला, म्हणून. मग सांगायचं. मला जरा बस लागते. तेव्हा खिडकीबाहेर तोंड काढायला... पुढं काही न बोलता तो आपली खिडकीजवळची जागा मला देतो. खिशातला आल्याचा तुकडा उगीच चावल्यासारखा करायचा आणि डोळे मिटायचे, ते कुडाळपर्यंत

उघडायचे नाहीत.

(पण कोणीही हसत नाहीत.)

रवि	:	पण, मामा, न सांगता-सवरता कुडाळचं तिकीट काढून आलात? काही तातडीचं काम आहे का?
मामा	:	म्हटलं, तर आहे; म्हटलं, तर नाही. मी आता कुडाळलाच राहायचं ठरवलं आहे.
शुभदा	:	मामा, माझं काही चुकलं का?
मामा	:	छे छे, पोरी! काही चुकलं नाही. खूप सांभाळलंत मला.
रवि	:	मग हे एकदम का ठरवलंत?
मामा	:	खरं सांगू? ताई गेली. आता मन करमत नाही. इथं रात्री झोपलो, तरी स्वप्नं पडतात. नारळी-पोफळीच्या बागा दिसतात. ती कुळागरं दिसतात. किती झालं, ती ती जन्मभूमी, रे! तिची आठवण येते.
रवि	:	मग आजवर बरी झाली नाही?
मामा	:	येत होती, रे! ताई एकटी. तू लहान होतास. शिक्षण झालं तुझं. तू डॉक्टर झालास आणि ताईमुळं या संसारात अडकलो. आता कसली काळजी नाही. तू आहेस, शुभदा आहे, पिंकी आहे, केशव आहे.
केशव	:	न्हाई हं, मामासाब! सांगून ठेवतो, म्या पन कुडाळला येनार.
मामा	:	अरे वेड्या, तुला ताईनं काय सांगितलं होतं? आता तू या तिघांकडं बघायचं.
शुभदा	:	मामा, खरंच जाणार? तुम्हांला आमची आठवण यायची नाही?

(मामांच्या डोळ्यांत पाणी तरळतं. तो शुभदाला जवळ घेतो.)

मामा	:	पोरी, उगीच रडवू नकोस. तुमच्या आठवणीवर तर मी जगणार आहे. आता जास्त गुंतवू नका.
शुभदा	:	पण, मामा...
मामा	:	अरे वेड्यांनो, असं काय करता? मी काय कायमचा जाणार आहे? कधी तरी मधून मधून यावंच लागेल ना! या घरात पिंकीला भाऊ येईल. तेव्हा त्याचं बारसं काय तुम्ही करणार? मलाच ते केलं पाहिजे. (कोणी हसत नाही.) मी आत जातो. हे घामानं भिजलेले कपडे आता बदलायलाच हवेत. (मामा आत जाण्यासाठी वळतात. परत फिरतात.) मुलांनो, माझ्यासाठी एक करा. त्या पिंकीसाठी... (डोळ्यांत अश्रू) त्या पिंकीसाठी ही चॉकलेटं आणली आहेत, ती तिला द्या. मी दिलीत,

म्हणून सांगू नका. आणि मी गावी गेलो की, तिला सारं सांगू नका. म्हणावं, काम होतं, म्हणून गेलेत. चार दिवसांत येतील. पोर आहे, हळूहळू विसरेल ती.

शुभदा : मामाऽऽ

(पण मामा वळून पाहत नाही. तो भरभर पावलांनी निघून जातो. पाठोपाठ केशव जातो.)

शुभदा : मामा खरंच जाणार?

रवि : त्यात शंका नाही.

शुभदा : पण एकाएकी का हा निर्णय...

रवि : एकाएकी नाही. हा निर्णय घ्यायला त्यांना एक महिना लागला. संसारातले मायेचे पाश तोडणं एवढं सोपं नसतं. तुझं त्या सारंगावर प्रेम होतं. त्याच्याबद्दल जिव्हाळा वाटत होता. पण ज्या क्षणी त्यावर अधिकार राहिला नाही, त्याच क्षणी तू लग्नाला तयार झालीस ना! ठीक आहे. तुझ्यावर कठोर नजर होती. मान्य आहे मला. पण आत्महत्येला मार्ग मोकळा होता.

शुभदा : डॉक्टर!

रवि : माफ कर. सहज बोलता-बोलता बोलून गेलो. मला निराळंच म्हणायचं होतं. माणूस नुसत्या जिव्हाळ्यावर जगत नसतो. त्याला अधिकारही असावा लागतो. तो नसला, तर दानावर जगण्यापेक्षा दुसरा अर्थ उरत नाही. मामाची सत्ता आईवर होती. त्या जिव्हाळ्यावर एक सुप्त अधिकार होता. आई गेली आणि तिच्याबरोबर तो जिव्हाळा, तो अधिकार संपला.

शुभदा : मी नसेन. पण तुम्ही, पिंकी तरी आहात ना!

रवि : मी आहे. पण आईची सर कशी येईल? आई त्यांची थोरली बहीण होती. आणि मी तिचा मुलगा आहे. येवढा फरक आहे.

शुभदा : काही फरक नाही. हवं, तर मी त्यांचे जाऊन पाय धरते.

रवि : ते करू नको. ती ताकद ना तुझी; ना माझी. मी मामांना पुरेपूर ओळखतो. ही कोकणची माणसं, त्या मातीसारखीच. वरून तांबूस दिसतात खरी, पण आतल्या भूमीला ती घट्ट चिकटून असतात. मामांनी घेतलेला निर्णय ब्रह्मदेवालाही बदलता येणार नाही.

शुभदा : पण अशा उतारवयात एकटेपणानं राहणं का सोपं?

रवि : कोण म्हणतं? त्यासाठी त्यांना खूप सोसावं लागेल. पण ते सारं सहन

करतील शांतपणे.

शुभदा : तुम्ही येवढे कठोर कसे?

रवि : नाही, शुभदा, मी कठोर नाही. ज्या मामांनी माझ्यावर अपार प्रेम केलं, आपलं घरदार विकून मला डॉक्टर केलं, ते जाणार, ह्या कल्पनेनंही केवढी कालवाकालव होते. शुभदा, मीही एक माणूस आहे. यातना मलाही होतात. पण मला त्या सोसाव्याच लागतील. एकट्याला. जा, शुभदा, जा. मला एकट्याला राहू दे.

(शुभदा डोळे टिपते. जिन्याकडे जाते. सावकाशपणे ती निघून जाते. रंगमंचावर एकटा रवि उभा असतो.)

रवि : एकटा! हं! या एकटेपणाचं केवढं भय वाटतं! या एकटेपणाचं भय वाटतं, म्हणूनच माणूस गोतावळा निर्माण करतो. संसार उभारतो. स्वतःपासून दूर जाण्यासाठी सदैव पळवाट शोधत असतो. पण पळून जायचं कुठं? जगायला तर हवं! कशासाठी? मृत्यू! त्या मृत्यूच्या भयाखालीच माणूस जगत असतो. मरायची भीती वाटते, म्हणून जगतो एकटा! एकटा! सुशीला गेली. आई गेली. आता मामा जातील. कुणी सांगावं, कदाचित शुभदा... पिंकीचा काय भरवसा! उद्या ती मोठी होईल. लग्न होईल. आपल्या संसारात सुखानं रमेल! मग हा संसार कुणाचा? माझा? माझ्या एकट्याचा? एकट्याचा! एकट्याचा!!

(चारी बाजूंनी प्रतिध्वनी ऐकू येतात... एकट्याचा... प्रतिध्वनी ऐकून रवि मस्तक हाती धरून उभा असतो.)

प्रवेश समाप्त

प्रवेश तिसरा

(पडदा उघडतो, तेव्हा शुभदा जिन्यावरून खाली येते. हातातल्या घड्याळाकडे पाहते.)

शुभदा : केशवऽ अरे केशवऽऽ

केशव : आलूऽ आलूऽऽ (म्हणत बाहेर येतो) काय?

शुभदा : काय काय? पिंकी शाळेत गेली, तरी तू आतच?

केशव : झालंच माझं.

शुभदा : हे दोनशे रुपये घे. दिलेली यादी बरोबर घेतलीस ना?

केशव : व्हय.

शुभदा : आणि हे बघ. जाताना साखरेचं कार्ड बरोबर घेऊन जा. नाहीतर विसरून जाशील आणि परत धावत येशील.

केशव : तसा कसा इसरंन?

शुभदा : बरं मग जा तर. लवकर ये. आणि हे बघ. पिशव्या घेऊन जा. पुड्या चांगल्या बांधून घे. नाहीतर रव्यात साखर मिसळून आणशील.

केशव : आता तेवढं बी कळत न्हाई, व्हय?

शुभदा : तेच म्हणते मी. गेल्या महिन्यात हाच उद्योग केला होतास ना?

केशव : चुकून झालं.

शुभदा : परत होऊ देऊ नको. लवकर ये. सर्व सामान ज्या त्या डब्यात भरून ठेवायला हवं.

(केशव आत जातो. पिशव्या घेऊन बाहेर येतो.)

केशव : वैनीसाब!

शुभदा : काय?

केशव : गॅसवर कुकर लावलाय्, तेवढा...

शुभदा : समजलं. मी बघते.

(शुभदा आत जाते. केशव डोके खाजवीत हातातली यादी पाहत असतो.)

केशव : मूग डाळ दोन किलो! दोन किलो कशाला? कोनीबी खात न्हाई. उगीच घरात आनून भरायचं.

(दारावरची बेल वाजते.)

केशव : आयला, ह्या वक्ताला आता कोन आलं?

(जाऊन दार उघडतो. त्याच्या पाठोपाठ सारंग भोसले येतो.)

सारंग : रवि चित्रे इथंच राहतात ना?

केशव : व्हय.

सारंग : आहेत?

केशव : न्हाईत. बाहीर गेल्यात.

सारंग : पण त्यांनी मला अपॉईंटमेंट दिली होती.

केशव : कोनी आलं, तर बसवून घ्यायला सांगितलंय्. बसा, येतील येवढ्यात. (सारंग सोफ्यावर बसतो. सारंगला केशव निरखीत असतो. त्याचा भारी झब्बा, पायघोळ विजार, डोळ्यांवरचा गॉगल) सायेब, आपलं नाव?

सारंग : बी. सारंग!

केशव : बी! बी म्हंजे? (सारंग हसतो)

सारंग : बी म्हणजे भोसले. सारंग भोसले.

केशव : हं! असं सांगा की! बी. बी म्हटलं, तर काय कळनार? एक इचारू?

सारंग : विचार की.

केशव : तुमी सिनेमात काम करताय्?

सारंग : तू कसं ओळखलंस?

केशव : द्या टाळी! हे तुमचं कपडं, अत्तराचा वास...

सारंग : ओळखलंस खरं! पण मी सिनेमात काम करत नाही, मी सिनेमासाठी स्टोरी लिहितो.

केशव : मग माझं एक काम करशीला?

सारंग : काय?

केशव : मला बी तुमच्या सिनेमात काम द्या की.

सारंग : सिनेमात?

केशव : बघा की, राव! आमच्या गावात म्या नाटकांत कामं केल्यात. असं काम करतो, की तुमचा धरमेंद्र एकदम कचऱ्यात...

सारंग : (उसासा सोडतो. सिगारेट पेटवतो. केशव ॲश-ट्रे आणून देतो.) थँक्स! पण हातांत पिशव्या कसल्या?

केशव : इसरलोच बघा. वैनीसाब घरात हाईत. त्यांस्नी सांगून जातो.

(केशव आत जातो. सारंग सिगारेट ओढत दिवाणखाना निरखीत असतो. तसाच तो खिडकीपाशी जातो. सारंग पाठमोरा असताना केशव आतून येऊन बाहेर जातो. त्यानंतर शुभदा येते.)

शुभदा : आपण उभे का? बसा. येतील... (त्याच वेळी सारंग वळतो. शुभदा दचकते) कोण! तुम्ही!! तू!

सारंग : शुभदा! तू आणि इथं?

(तोंडातली सिगारेट गळून पडते. तो ती पायाने विझवतो. पायऱ्या उतरून खाली येतो.)

सारंग :	शुभदा!
शुभदा :	का आलात इथं! कुणी दिला पत्ता?
सारंग :	आमंत्रणाखेरीज मी कधी कुणाच्या घरी जात नसतो, शुभदा!
शुभदा :	माझं नाव सौभाग्यवती शुभदा रवि चित्रे! का आलात तुम्ही? मला भेटायला?
सारंग :	मुळीच नाही. रवि चित्र्यांनी मला बोलावलं.
शुभदा :	खोटं! त्यांचं तुमच्याकडं काय काम?
सारंग :	त्यांना पिक्चरची स्टोरी लिहून घ्यायची आहे. ते प्रोड्यूस करणार आहेत.
शुभदा :	पिक्चर! आणि प्रोड्यूस करणार? तुमची काही तरी गफलत झाली आहे.
सारंग :	मुळीच नाही. गेल्या महिन्यात ते माझ्याकडं आले होते. त्यांनी मला कथा ऐकवली. परवा त्यांचा फोन आला. आजची अपॉईंटमेंट दिली होती.
शुभदा :	सांगता काय? अहो, त्यांचा पिक्चरशी काय संबंध? दारावरची पाटी जरी वाचली असती, तरी तुम्हांला कळलं असतं, ते कोण आहेत.
सारंग :	कोण आहेत?
शुभदा :	ते डॉक्टर आहेत. मानसोपचार-तज्ज्ञ आणि मी त्यांची पत्नी आहे.
सारंग :	मग मला का बोलावलं?
शुभदा :	ते मला काय माहीत? आल्यावर त्यांनाच विचारा. आपण बसा.

(शुभदा जायला वळते.)

सारंग :	शुभदा!
शुभदा :	काय?
सारंग :	एके काळी आपली मैत्री होती, हे तरी आठवतं?
शुभदा :	जेव्हा लाजाहोम झाला ना, तेव्हाच ती त्यात जळून गेली.
सारंग :	आपल्या आणाभाका...
शुभदा :	त्या सप्तपदीबरोबर संपल्या.
सारंग :	शुभदा!
शुभदा :	तुम्ही मला हे सांगता? ज्या वेळी तुम्ही माझ्या घरातून बाहेर पडलात, त्या वेळी चल म्हटलं असतंत, तरी मी होते त्या स्थितीत घरचा विरोध न मानता, तुमच्या मागोमाग बाहेर पडले असते. पण तुम्ही ती वेळ घालवलीत. जीवनात एकदाच वेळ येत असते, सारंग! जाऊ दे. हे

सभ्य माणसाचं घर आहे. इथं आलेल्या पाहुण्यांचा कधी अपमान होत नसतो. ती या घरची रीत आहे.

सारंग : मी आपला आभारी आहे. एकदा त्या घरातून धक्के खाऊन बाहेर पडलो. आज तूही हे करू शकतेस. तेही मी सहन करीन.

शुभदा : सारंग, तुम्ही लग्न केलंत?

सारंग : का विचारतेस? मी लग्न केलं नाही.

शुभदा : माझ्यामुळं?

सारंग : मुळीच नाही. उत्तर ऐकायचं आहे? माणूस आयुष्यात एकदाच प्रेम करतो. खोटं कशाला सांगू? मी प्रेम केलं, ते फक्त तुझ्यावर. त्या प्रेमापोटीच मी तुला भेटायला आलो नाही. तसा प्रयत्नही केला नाही. कारण तुझ्याबरोबरच तुझ्या घरादाराला मला दुःख द्यायचं नव्हतं. मी तुला चल का म्हणालो नाही, माहीत आहे? त्या वेळी माझी आर्थिक परिस्थिती बरी नव्हती. त्या परिस्थितीत मी तुला कुठं घेऊन जाणार होतो?

शुभदा : हे सारं खोटं? तुमची परिस्थिती का मला माहीत नव्हती? त्या दारिद्र्याची मला कधीच भीती वाटली नव्हती. वाईट वाटलं, ते तुमच्या दुबळेपणाचं. त्याचं मला आता दुःख नाही.

सारंग : पण या संसारात तू सुखी आहेस?

शुभदा : मी? (हसते.)

सारंग : का हसलीस?

शुभदा : त्याला प्रश्न विचारायची काय गरज होती? मी सुखी आहे.

सारंग : खोटं बोलतेस.

शुभदा : खोटं बोलायची मला सवय नाही. सुख हे मानण्यावरच अवलंबून आहे. मी सुखी आहे, याचं कारण या घरात माझ्या विश्वासाला तडा जाईल, अशी कोणतीच गोष्ट घडत नसते. तू जो प्रश्न मला विचारलास, तोच मी विचारते, तू सुखी आहेस?

सारंग : (मोठ्यानं हसतो) पूर्ण सुखी आहे. अशी बघतेस काय? भरपूर पैसा आहे. कीर्ती आहे. पोरी येतात, सहवास देतात. आल्या, तश्या जातात. परत नवीन भेटतात. दारू तर माझी कायमची सोबतीण झाली आहे. चाहते येतात. स्तुती करतात. खूप प्रवास करतो. करावा लागतो. रात्री झोपी जातो, तेव्हा शुद्ध कुणाला असते!

शुभदा : काय बोलतोस, सारंग! पूर्वी तू असा नव्हतास. क्षण एक पुरे प्रेमाचा, वर्षाव पडो मरणाचा, असं तूच म्हणत होतास ना?

सारंग : हो! मीच म्हणत होतो. पण तो सारंग केव्हाच हरवला. मेला. शुभदा, माझं जग आता पार बदललंय्. आता एका निराळ्या सृष्टीत मी वावरतो. ते सिनेमातलं जग फार वेगळं आहे. मी व्यभिचार करतो. दारू पितो. जुगार खेळतो, याचं मला काहीच वाईट वाटत नाही. पश्चात्तापही होत नाही. दु:ख एकाच गोष्टीचं आहे.

शुभदा : कसलं दु:ख?

सारंग : पैसा मोजला, की मी हवी तसली कथा लिहून देतो. म्हणशील ते बदल करून देतो. माझी लेखणी आणि बुद्धी मी भ्रष्टवली, याचं शल्य मला खूप आहे.

शुभदा : मग हे सोडून दे ना!

सारंग : काय सोडून देऊ? आता यातून सुटका नाही. तुला एका तपस्व्याची गोष्ट माहीत आहे? (शुभदा नकारार्थी मान हलवते.) तो योगी जेव्हा अखेरचे क्षण मोजत होता, तेव्हा त्यानं आपल्या परम शिष्याला जवळ बोलाविलं आणि सांगितलं की, मी देह ठेवताच हाती तलवार घेऊन उत्तरेला धावत जा. त्या बाजूला तुला एक खाण लागेल. त्या खाणीत नुकतीच एक डुकरीण व्यालेली असेल. तिला पाच पिलं झालेली असतील. त्यांत एक पांढरं शुभ्र पिलू असेल. त्या पिलाचा शिरच्छेद कर.

शुभदा : पण का? कशासाठी?

सारंग : (हसतो) यालाच आमच्या जगात सस्पेन्स म्हणतात.

शुभदा : पुढं काय झालं?

सारंग : व्हायचं काय? त्या तपस्व्यानं देह ठेवला. आकांत उडाला. त्या परम शिष्याला भारी दु:ख झालं. सारे शिष्य शोकमग्न होते. दु:ख कमी होण्याऐवजी नव्या येणाऱ्या शिष्याबरोबर ते वाढतच होतं. असे सात आठ दिवस गेले. आणि एकदम त्या परम शिष्याला गुरुवचनाची आठवण झाली. तलवार घेऊन तो धावत सुटला. गुरूनं सांगितल्याप्रमाणे त्याला दगडाची खाण दिसली. त्यात खरोखरच एक डुकराची मादी व्याली होती. ती आणि तिची पाच पिलं आनंदानं त्या चिखलात लोळत होती. शिष्य तिथं गेला आणि तलवार उगारली. त्याच वेळी ते पांढरं पिलू म्हणालं, बाबा रे! फार उशीर केलास. आता मला मारू नको. मला आता या जीवनाची गोडी लागली आहे. (सारंग क्षणभर उसंत घेतो.) तसंच माझं झालंय्. आता नव्या जीवनाची मला गोडी लागली आहे. त्यात मी पुरा रमलो आहे. माणूस हा असा एकच प्राणी

या पृथ्वीतलावर आहे की, त्याला कालचा दिवस आठवत असतो. आजचा पाहत असतो. आणि उद्याची स्वप्नं रंगवत असतो. आपल्यापेक्षा इतर प्राणी फार सुखाचे. त्यांना काळ आठवत नाही. उद्याचा ते विचार करीत नाहीत.

शुभदा : मग असलं जिणं का जगतोस?

सारंग : कैक वेळा या जीवनाची घृणा येते. वैताग येतो. आणि ते विसरण्यास कुणाचीही सोबत चालते. दारू मदत करते.

शुभदा : ऐकवत नाही मला हे. मला काही सांगू नको. कसं सहन करता हे?

सारंग : आयुष्य हे रांगोळीसारखं असतं. प्रत्येक दिवस वेगळा. तशीच दारापुढं काढलेली रांगोळीही. ती कितीही चांगली दिसली, तरी दुसऱ्या दिवशी ती पुसून काढावीच लागते. आणि तेही शेणकाल्यानं. मगच नवीन दिवसाची नवीन रांगोळी काढता येते. जाऊ दे! त्यानंतर मी प्रेम केलंच नाही. फक्त रांगोळ्या काढत बसलो. कुठंही न गुंतता आणि आता रांगोळी काढणं हेच सुख राहिलं आहे. शुभदा, आता काळजी करण्यापलीकडं मी गेलो आहे.

(त्याच वेळी बेल वाजते. शुभदा डोळे टिपून बाहेर जाते. दार उघडते. रवि आत येतो. सारंग उठून नमस्कार करतो.)

रवि : वेल कम होम! सॉरी, आय् ॲम लेट.

सारंग : डॅट्स ऑल राइट!

रवि : तुमची ओळख आहेच! नव्यानं करून घ्यायची काही गरज नाही. पण प्रथम मला तुमची माफी मागायला हवी.

सारंग : कशाबद्दल?

रवि : मी तुमच्याशी खोटं बोललो. मी प्रोड्यूसर नाही. मी एक डॉक्टर आहे. चित्रपट-सृष्टीशी माझा कसलाही संबंध नाही.

सारंग : मग मला कशाला बोलावलंत?

रवि : तुम्ही दोघांनी भेटावं, म्हणून! (शुभदा आत जाऊ लागते) थांब, शुभदा, आत जाऊ नको. सारंग, तुमचं दोघांचं एकमेकांवर प्रेम होतं, हे मला आमचा विवाह झाल्यानंतर कळलं. नाहीतर मी हिच्याशी लग्न केलं नसतं. तुमच्या मार्गात मी आड आलो नसतो. पण अजूनही वेळ गेलेली नाही.

सारंग : काय बोलता, डॉक्टर!

रवि : मी एक मानसोपचार-तज्ज्ञ आहे. गुदमरलेलं जिणं कुणी जगावं, असं

मला वाटत नाही. जीवन एवढं स्वस्त नाही. ते फार मोलाचं आहे. पुनर्जन्मावर माझा विश्वास नाही. जन्म एकदाच लाभतो. तो माणसानं वाया घालवू नये.

सारंग : मला काही समजत नाही.

रवि : समजून घेतलं, तर सारं समजेल. तुम्ही लेखक आहात ना! तुमच्या कथा-कादंब-यांतील जीवन वास्तवापेक्षा फार निराळं असतं, ते तुमचं प्रेम, त्या आणाभाका, त्यातला संघर्ष आणि त्यातून निपजणारी ट्रॅजेडी किंवा कॉमेडी सारं खोटं. सारे आभास. सारी स्वप्नं.

सारंग : जीवनात काहीच का घडत नाही?

रवि : जरूर घडतं. पण ते लिहिण्याचं धाडस नसतं. तुम्ही लेखक आहात ना! या जीवनाचा पल्ला केवढा थोडा आहे, माहीत आहे? फार तर शंभर वर्ष धरू. अर्ध आयुष्य तर झोपेतच जातं. सोळा-सतरा वर्षापर्यंतचा काळ बालपणाचा. न समजण्याचा. नंतर अवतरतं, ते तारुण्य. स्वप्नांनी भरलेलं. ध्येयानं प्रेरित झालेलं. त्यात प्रेम, संसार, सुखदुःख यांचा झगडा. विचार करायला वेळ असतो कुठं? आणि मग येतं वार्धक्य. ज्या वेळी जीवनाचा खरा अर्थ कळू लागतो, त्याच वेळी एखादी व्याधी गाठते. गात्रं शिथिल होऊ लागतात. करायच्या गोष्टी राहून गेलेल्या. करतो, म्हटलं, तरी ताकद नसते. उसंत नसते. आणि एके दिवशी वरून तार येते. स्टार्ट इमीजिएटली. संपला कारभार! मग हाती असलेलं आयुष्य वाया का घालावं? नाही, सारंग. जीवन फार मोलाचं आहे.

सारंग : बस्स करा ही वटवट? मी काही तुमचा मनोरुग्ण नव्हे.

रवि : ठीक! सरळ तुम्हांला समजेल, असं सांगतो. उभे का? बसा.

सारंग : नको! आहे ते ठीक आहे.

रवि : तुमची मर्जी. तुमचं एकमेकांवर प्रेम होतं, हे पहिल्या रात्रीच मला समजलं. त्या दिवसापासून तुमची अमानत म्हणूनच मी हिच्याकडं पाहत आलो.

सारंग : डॉक्टर बाबू! रागावू नका. स्पष्ट विचारतो. मग इतके दिवस हिला या घरात का ठेवून घेतलंत?

रवि : त्यालाही काही कारणं होती. विश्वास ठेवा. ही तुमची अमानत...

सारंग : (हसतो) मग व्याज काय?

रवि : कसलं?

सारंग : (शुभदाकडे बोट दाखवत) ह्या ठेवीचं.

रवि	:	भरपूर आहे. त्याचं व्याज आहे विश्वास!
सारंग	:	हं! तुमच्या गळ्यातलं लोढणं आमच्या गळ्यात बांधू नका. अशा बाईला कोण स्वीकारील! फुकट मिळाली, तरी मला ती नको आहे.
रवि	:	सारंग बाबू! मला फसवू पाहता? तो टेलिफोन दिसतो ना! त्याच्या मागं एक इंटरकॉम आहे. कालच मी तो बसवला. चोरून ऐकण्याची माझी सवय नाही. उद्या तो तिथं राहणार नाही. शेजारच्या ब्लॉकमध्ये माझी कन्सल्टिंग रूम आहे. मी तुमचं बोलणं ऐकलं आहे. आता काय म्हणता?
सारंग	:	(खिन्नपणे हसतो) डॉक्टरकी करण्याऐवजी पोलिस खात्यात का नाही गेलात? अधिक शोभला असतात.
रवि	:	सुदैवानं डॉक्टर झालो, तेच बरं झालं. पोलिस खात्यात असतो, तर तुम्हांला इथं यावं लागलं नसतं. सारंगबाबू, तुमच्या हाती शुभदाला सुपूर्त करण्यासाठी मी तुम्हांला बोलाविलं आहे. कायद्याच्या अडचणी असतील, त्या मी निभावून नेईन. तुमचा मार्ग मी मोकळा करून देईन. हे मी रागानं किंवा वैतागानं बोलत नाही.
सारंग	:	व्वा! माणूस आहात, की हैवान! ही शुभदा म्हणजे जुगारात उभी केलेली द्रौपदी वाटली? काय, बोलता काय, याची शुद्ध आहे तुम्हांला? मी तुमच्या दृष्टीनं व्यभिचारी, व्यसनी असेनही. पण त्यातसुद्धा मी एक नीतिमत्ता पाळतो, डॉक्टर. हव्या तेवढ्या मुली मी जवळ केल्या असतील, त्यांच्या खुशीनं. पण कुणा परस्त्रीकडं मी एकदाही डोळा वर करून पाहिलं नाही.
रवि	:	पण तुमचं प्रेम!
सारंग	:	मैत्री म्हणा.
रवि	:	ठीक आहे. मैत्री म्हणा. त्याचं रूपांतर...
सारंग	:	ते तुमच्याशी लग्न झालं, तेव्हाच झालं. हा भारत देश आहे, हे विसरू नका. या देशात अनेक धर्म, अनके जाती असतील. पण त्यापेक्षाही ह्या भारताचा एक स्वतंत्र धर्म आहे. एक वेगळी संस्कृती आहे. मग तो हिंदू असो वा मुसलमान, वा ख्रिश्चन. कोणत्याही धर्माचा वा पंथाचा असो. तो जेव्हा विवाह करतो, तो आयुष्याची अखंड सोबत म्हणूनच. माझा शुभदाशी कुठल्याही प्रकारे संबंध नाही. नव्हता. शुभदा तुमची आहे. गुडबाय, डॉक्टर...

(सारंग पटकन लँडिंगवर जातो. थांबतो. चटकन वळतो... डॉक्टरकडे

बघून हसतो...)

डॉक्टर, आय् ॲम सॉरी, प्रोड्यूसर चित्रे, तुम्हांला तुमच्या कथानकाला शेवट हवा होता ना? माझ्या दृष्टीनं तरी तो शेवट हाच आहे! (सारंग निघून जातो. रवि शुभदाकडे पहातो.)

रवि : शुभदा!

शुभदा : काही बोलू नका. कशाला बोलावलंत त्यांना! हा तमाशा करायला?

रवि : शुभदा! ऐक तरी. लग्नाच्या पहिल्या रात्री मी तुला वचन दिलं होतं. तू तुझं वचन पाळलंस. आईला अखेरपर्यंत सांभाळलंस. तुझ्या-माझ्या संबंधाबद्दल कधीही कुणाला संशय येऊ दिला नाहीस. आई गेली. जाणारच होती. पण सारं घर तू हसत-खेळत ठेवलंस. खंत येवढीच वाटते. मी मात्र तुला काहीच दिलं नाही. तू मात्र या घरावर आणि माझ्यावर प्रचंड उपकार केलेस. ते मी कसे फेडणार?

शुभदा : म्हणून त्याला इथं आणलंत?

रवि : तो गेला, म्हणून तू कष्टी होऊ नकोस. मी माझं वचन पाळीन. एखादा नवा चांगला साथीदार तुला मिळेलही!

शुभदा : मिळूवन द्याल?

रवि : जरूर!

शुभदा : मग तुमच्यासारखा हिमालयाएवढा उंचीचा, गंगेसारखा निर्मळ आणि सागरासारखा विशाल असा माणूस शोधून आणा. कदाचित मी त्याचा विचार करीन.

(स्टेजच्या एका कोपऱ्यात तो बसलेला आहे. ती रंगभूमीवरून फिरून त्याच्याकडे येते. तो एका जागी बसलेला. ती त्याच्या गळ्यात हात टाकते.)

रवि : शुभदा! ठीक आहे. माझंच चुकलं.

शुभदा : तुमचं नाही. माझंच चुकलं. तुम्ही होतात, म्हणून मी सावरले गेले.

रवि : शुभदा! गेल्या दोन महिन्यांत मी तुझ्या खूप प्रेमात पडलो. तू केव्हा तरी जाणार, ह्या कल्पनेनं मी कैक रात्री जागून काढल्या आहेत. ज्या क्षणी आईचा मृत्यू झाला, त्या क्षणी तुझ्या वियोगाच्या कल्पनेनं माझ्या उरात धडकी भरली.

शुभदा : पण मी जाणार होते कुठं?

रवि : जेव्हा प्रथम प्रेमात पडता, तेव्हा एक प्रकारचा संबंधच असतो.

शारीरिक नसेल; पण मानसिक असेल. पण जेव्हा तुम्ही विवाहबद्ध होता, तेव्हा त्याचं रूप निराळं असतं.

शुभदा : कसलं निराळं रूप?

रवि : संसार उभारतो. स्नेह वाढतो. जवळीक येते. पण पुढं केव्हातरी त्या स्वप्नांचा, तारुण्याचा उन्माद कमी होतो. खरं जीवन तिथंच सुरू होतं. जीवनाला खरी शाश्वती त्यानंतर लाभते. मी असं म्हणत नाही की, पूर्वीचं प्रेम खोटं होतं. सुशीला आली आणि संसाराची कळी फुलण्याआधीच निघून गेली. तो एक भास ठरला. सत्य नव्हतं. आता आपण सत्यासमोर जायला हवं.

शुभदा : कसलं सत्य?

रवि : जर दोघं एकमेकांशी प्रामाणिक असतील, एकमेकांवर विश्वास असेल, एकमेकांचा आधार बनतील, तर ते खरे मित्र बनतील. 'नातिचरामि'ची शपथ तेच सांगते.

शुभदा : बोला ना! थांबलात का? किती छान बोलता!

रवि : बोलत नाही. गेल्या दोन महिन्यांत जे विचार घोळत होते, ते मी तुला सांगतो. त्या काळात मी जीवनाचा अर्थ शोधत होतो.

शुभदा : (हसते) मग शोध लागला?

रवि : थोडा! ही लग्नगाठ दोन पोलादी पट्ट्यांना केलेल्या वेल्डिंगसारखी असते. ते दोन जीव अधिक सामर्थ्यवान बनतात, ते त्या वेल्डिंगमुळं. जीवन कुणासाठी थांबत नाही. ते पुढं जातच असतं. मुलं-बाळं वाढतात. जुन्यांची सोबत हरवते. अनेक सुखदुःखाचे क्षण येतात. हे सारे बदल घडत असताना तुम्ही मात्र एकत्र असता. त्या एकत्रपणाचा आनंद उपभोगत असता. खऱ्या अर्थानं पृथ्वीवरचा स्वर्ग तिथंच अवतरतो. ती एकरूपता आली की, जगात हवे तेवढे उत्पात होऊ देत. संघर्ष वाढू देत. संसार अबाधितच रहातो. राखेतून जन्म घेणाऱ्या फिनिक्स पक्ष्यासारखा. ती ताकद तुम्ही मिळविलीत की, तुम्ही कुणालाही दुर्लक्षू शकता. निंदेला हसू शकता. जोवर तुमच्या पाठीशी कुणीतरी खंबीरपणे उभा आहे, याची खात्री असेल, तोवर कशालाही भिण्याची गरज नाही. कळलं?

शुभदा : हो! सारं कळलं.

रवि : काय?

शुभदा : आपण मानसोपचार-तज्ज्ञ आहात, ते!

रवि : मी मानसोपचाराचे धडे देत नाही. या क्षणी खरा रुग्ण आहे, तो मी!

आणि इलाज फक्त तुझ्या हाती आहे.

शुभदा : मग असं करा. दाराबाहेर तुमच्या नावाची पाटी आहे ना! त्याखाली डॉक्टर शुभदा चित्रे असं लिहा. मानसोपचार-तज्ज्ञ म्हणून नव्हे. गृहोपचार-तज्ज्ञ म्हणून!

(दोघेही हसतात. शुभदा गंभीर होते.)

पण एक सांगून ठेवते.

रवि : (कपाळाला हात लावत) परत आला का तुझा तो स्पर्श!

शुभदा : तो केव्हाच संपला.

रवि : मग?

शुभदा : परत कधीही या घरातून जा म्हणायचं नाही.

रवि : (हसतो) आणि म्हटलंच, तर!

शुभदा : तर! लक्षात ठेवा. जोवर ह्या गळ्यात मंगळसूत्र आहे, तोवर मी ह्या घरची मालकीण आहे. हे घर माझं आहे. माझा इथं अधिकार आहे. तुम्हांला हे घर नकोसं झालं, तरी मी इथंच राहीन. दरवाजा सदैव तुमच्यासाठी मोकळा असेल, समजलं?

रवि : अरे व्वा! हमारीही बिल्ली और हमसें म्याऊँ?

(रवि आनंदाने शुभदाकडे जातो. शुभदा मागे सरते.)

शुभदा : डॉक्टरसाहेब, घरात केशव आहे. लक्षात आहे ना?

रवि : थापा मारतेस? तो केव्हाच बाजारात गेलाय्. हे मला माहीत आहे. जातानाच मला भेटला होता.

शुभदा : मला जाऊ दे. पिंकी येईल. तिनं मला जिलेबी करायला सांगितली आहे. सारी तयारी करून ठेवली आहे.

रवि : जिलेबी (हसतो)

शुभदा : काय झालं हसायला?

रवि : काही नाही. मुलांच्या तोंडून देव बोलतो, म्हणतात. आज खरोखरच जिलेबीचा दिवस आहे.

(शुभदा एकदम लाजते.)

रवि : शुभदा! अशी सुंदर लाजलेली तुला मी आजच प्रथम पाहतोय्.

(रवि शुभदाकडे पाहत असता पडता पडतो.)

समाप्त

लोकनायक

तीन अंकी नाटक

रणजित देसाई

"पापाजी, आर्किटेक्ट घराचा नकाशा देतो. कॉन्ट्रॅक्टर घर बांधून देतो. पण राहतो कोण? घर पुरं झालं की, समोर पडलेली वाळू, चुना, सिमेंट, विटांचे तुकडे यांचे ढीग फेकून द्यावे लागतात. त्या घरात कॉन्ट्रॅक्टर राहत नसतो. ज्याच्याठायी घराचं घरपण टिकवण्याची हौस असते, तोच राहतो. स्वातंत्र्याच्या एका स्वप्नानं आयुष्यभर धावणारे तुम्ही, स्वातंत्र्यानंतर नवीन देश फुलवण्याची कुवत तुमच्यांत नव्हती, हे कधीच तुमच्या ध्यानात आलं नाही. स्वप्नं जरूर होती. ते साकार करण्याची दृष्टी वा बळ नव्हतं...

"...आजवर जोपासलेल्या स्वातंत्र्याचा उपभोग घेतला कुणी? एवढ्या वर्षांत फक्त लुटारू, ढोंगी आणि स्वार्थी माणसांनीच स्वातंत्र्याची मजा लुटली...."

स्वातंत्र्योत्तर भारतातील राजकारणाची परखड समीक्षा करणारं नाटक.

www.ingramcontent.com/pod-product-compliance
Lightning Source LLC
LaVergne TN
LVHW021427240825
819400LV00048B/1057
* 9 7 8 8 1 7 7 6 6 1 0 9 5 *